"Life finds its
purpose and
fulfillment
in the expansion
of happiness"

மகிழ்ச்சியை
மலரவிடுவதன்
மூலம் நம்முடைய
வாழ்க்கையின்
நோக்கத்தை
உணரமுடியும்

- Maharishi Mahesh Yogi

மகிழ்ச்சியின் மந்திரம்

ஆழ்நிலை தியானம்

ந.ஆ. ஸ்ரீனிவாசன்

டிஸ்கவரி புக் பேலஸ்

கே.கே.நகர் மேற்கு, சென்னை - 600 078.
(பாண்டிச்சேரி கெஸ்ட் ஹவுஸ் அருகில்)
Ph: 044-6515 7525 Mobile: +91 87545 07070

மகிழ்ச்சியின் மந்திரம் (கட்டுரைகள்)
ஆசிரியர்: ந.ஆ.ஸ்ரீனிவாசன்©

Magizhchiyin Mandhiram (Essays)
Author: N.A.Srinivasan©
nas@geniconsolutions.com

First Edition: Jan - 2017
Pages: 64 - ISBN: 978-93-84302-22-1
Cover Design: Manikandan
Book Design: R.Prakash

Discovery Book Palace (P) Ltd,
6, Mahaveer Complex, Munusamy Salai,
K.K.Nagar West,Chennai-600 078.
Ph: +91 - 44-6515 7525
Mobile: +91 87545 07070

E-mail: **discoverybookpalace@gmail.com,**
Website: www.discoverybookpalace.com

Rs. 60

காணிக்கை

குருவுக்கும்...

திருவுக்கும்...

"காலங்கள் தோறும் மனிதன் புதிதாக பிறந்துகொண்டே இருக்கிறான். வாழ்க்கை குறித்த தேடல்களும் வாழ்க்கையை முழுமையாக வாழ்வது குறித்த சிந்தனைகளும் ஒவ்வொரு காலக் கட்டத்திலும் மாறிக்கொண்டே இருக்கின்றன. ஒவ்வொரு மனிதனும் அடிப்படையில் விரும்புவது - ஆரோக்கியமான உடல், தளாவறியாத மனம், செய்யும் வேலையில் நேர்த்தி மற்றும் திறமை, தெளிந்த நல்லறிவு, தன்னைச் சுற்றிலும் அன்பான மற்றும் இனிமையான உறவுகள். மேலும் அவனுக்குத் தேவை தன்னுடைய விருப்பங்களை நிறைவேற்றிக் கொள்ளும் திடமான மனம். ஆழ்நிலை தியானப் பயிற்சியை தொடர்ந்து ஒழுங்காக செய்வதின் மூலம் இவையெல்லாவற்றையும் மனிதன் அடைய முடியும் என்பதை நாம் கண்கூடாக கண்டுவருகிறோம்."

- மகரிஷி மகேஷ் யோகி

முன்னுரை

1986—ம் ஆண்டின் ஏதோ ஒரு சுபவேளையில் அந்த விளம்பரம் என் கண்ணில் பட்டது. சென்னை சேத்துப்பட்டு டாக்டர் குருசாமி சாலையில் இன்று ஆலமரம் போல் விரிந்து பரந்திருக்கும் மகரிஷி வித்யா மந்திர் பள்ளி வளாகத்தில் (அப்போது இந்த இடத்திற்கு "கல்கி கார்டன்ஸ்" என்று பெயர்) நடைபெறும் ஆழ்நிலை தியான வகுப்பு குறித்த விளம்பரம் அது. அப்போது நான் +2 முடித்து விட்டு கல்லூரியில் சேர்ந்திருந்த சமயம். எனக்கு உடனே அந்த தியான வகுப்பில் சேர வேண்டும் என்ற எண்ணம் அழுத்தமாக தோன்றியது. ஆனால் அதற்கு என் அப்பாவின் அனுமதி கிடைக்கவில்லை. நான் எங்கே சாமியாராகி விடுவேனோ என்று பயந்து விட்டார் போலும் (அப்போதெல்லாம் இப்போதுபோல கார்ப்பரேட் சாமியார்கள் அதிகம் இல்லாத காலம். இருந்திருந்தால் அதுவும் ஒரு profession தான் என்று அனுமதி அளித்திருப்பார் போலும்).

நான் ஆழ்நிலை தியானம் கற்றுக்கொள்ள வேண்டும் என்று அப்பன் (ஆண்டவன்) எழுதியிருந்தால் அதை அப்பாவால் மட்டும் மாற்றிவிட முடியுமா என்ன? நான் என் அப்பாவுக்குத் தெரியாமலேயே ஆழ்நிலை தியானத்தைக் கற்றுக்கொண்டேன். அப்படி நான் தியானம் கற்றுக் கொள்வதற்கு பயந்த என் அப்பாவே பின்பு நான் தியானம் செய்யும்போது யாரும் என்னை தொந்தரவு செய்யாமல் பார்த்துக்கொண்டார். ஆழ்நிலை தியானம் செய்யச் செய்ய நமக்கு natural support அதிகமாகும் என்று மகரிஷி சொன்னதின் உண்மையான அர்த்தத்தினை விரைவில் உணர்ந்த முதல் தருணம் இது.

ஆழ்நிலை தியானம் கற்றுக்கொண்ட பிறகு 15 ஆண்டுகள் கழித்து 2001 ம் ஆண்டு, மகரிஷியால் நேரடியாக ஆழ்நிலை தியானம் பயிற்றுவிக்கப் பட்ட அவரது சீடர் திரு. தி.சி. பெருமாள் சாரிடம் என் குடும்பத்துடன் ஆழ்நிலை தியான சித்தி கற்றுக்கொண்டதும் எங்களுக்கு கிடைத்த பெரும் பேறு.

இப்போது ஆழ்நிலை தியானம் கற்றுக்கொண்டு கிட்டத்தட்ட 30 ஆண்டுகள் கழிந்த பிறகு ஆழ்நிலை தியானம் குறித்து ஒரு புத்தகம் எழுத வேண்டும் என்று தோன்றியது. இப்படிப்பட்ட ஒரு புத்தகத்தினை எழுதுவதற்கு எனக்கு என்ன தகுதி இருக்கிறது என்று யோசித்தேன்.

கடந்த 30 ஆண்டுகளாக ஒருநாள்கூட விடாமல் தொடர்ந்து தியானம் செய்து வந்திருக்கிறேன் என்பதைத் தவிர வேறு எந்த தகுதியும் இல்லை. ஆனால் இப்போது யோசித்துப் பார்க்கும்போது, இந்த ஆழ்நிலைத் தியானம்தான் என் வாழ்க்கையில் எனக்கு ஏற்பட்ட பல்வேறு சோதனைகளையும், வேதனைகளையும் கடந்து நிற்பதற்கு எனக்கு கவசமாக இருந்து வருகிறது என்றால் அது சத்தியமான வார்த்தை. நான் சொல்வது சத்தியமான வார்த்தை என்பதை ஆழ்நிலை தியான அன்பர்கள் அனைவரும் அவரவருக்கான அனுபவங்கள் மூலம் கண்டிப்பாக ஒத்துக் கொள்வார்கள்.

இந்தப் புத்தகத்தில் நான் பகிர்ந்திருக்கும் ஆழ்நிலை தியானம் குறித்து நான் அறிந்துகொண்ட விஷயங்களும் அதனுடன் தொடர்புகொண்ட என் அனுபவமும் ஏதோ ஒரு வகையில் யாருக்காவது பயன்பட்டு அவர்கள் ஆழ்நிலை தியானத்தின்பால் ஈர்க்கப்பட்டால் அது என் குருவுக்கு செய்யும் மிகச்சிறிய காணிக்கையாக எண்ணி நான் அகமகிழ்வேன். மகரிஷி அவர்களின் நூற்றாண்டு விழா கொண்டாடப்படும் இந்த ஆண்டில் (2017) இந்தப் புத்தகத்தை என்னை எழுதத் தூண்டிய குருவின் அருளை எண்ணி நெஞ்சம் பூரிக்கிறேன், ஏனென்றால் இந்தப் புத்தகத்தை எழுதி முடிக்கும்வரை எனக்கு நூற்றாண்டு விழா குறித்துத் தோன்றவில்லை.

இந்தப் புத்தகத்தின் முகப்பு அட்டையை வடிவமைத்த என் மகன் கோகுலுக்கும், இந்தப் புத்தகத்தைப் படித்து சில திருத்தங்கள் செய்து உதவிய என் மனைவி ஸ்ரீலஷ்மிக்கும், என்னுடைய எல்லா முயற்சிகளையும் அகமகிழ்ந்து பாராட்டும் என் மகள் நிவாஷினிக்கும் என் அன்பும் நன்றிகளும்.

இந்தப் புத்தகத்தைப் படித்து மிகவும் பாராட்டி, சிறப்பான வாழ்த்துரை அளித்த எனது குருவும், ஆழ்நிலை தியான சித்தி பயிற்சி ஆசிரியருமான திரு. தி. சி. பெருமாள் அவர்களுக்கு நானும் என் குடும்பமும் மிகவும் நன்றிக்கடன் பட்டிருக்கிறோம்.

இந்தப் புத்தகத்தை குறுகிய காலத்தில் பதிப்பித்து வழங்கிய Discovery Book Palace திரு. வேடியப்பன் அவர்களுக்கும், பிழைத் திருத்தம் செய்த திரு.விஜயபாஸ்கரன் அவர்களுக்கும் என் மனமார்ந்த நன்றிகள்.

ஜெய் குருதேவ்.

ந.ஆ. ஸ்ரீனிவாசன்

வாழ்த்துரை

என் 41 வருட ஆழ்நிலை தியான சித்தி ஆசிரியராக தவத்திரு மகரிஷி மகேஷ் யோகியின் உலகளாவிய நிறுவனத்தில் பணியாற்றிய அனுபவத்தில் மகரிஷியின் நேரடியான சொற்பொழிவுகளையும், புத்தகங்களையும் கேட்டும் படித்தும் இருக்கின்றேன். இதனால் தமிழில் மகரிஷியைப் பற்றி புத்தகமாக எழுத என்னை பல தியான சித்தி அன்பர்கள், நண்பர்கள் கேட்டுக் கொண்டே இருக்கின்றனர். எனக்கும் அடிமனதில் இந்த எண்ணம் தோன்றித் தோன்றி வதைத்துக் கொண்டிருக்கின்றது. ஏற்கனவே தமிழில் மகரிஷி மகேஷ் யோகியைப் பற்றியும் அவரின் ஆழ்நிலை தியான சித்தி பயிற்சிப் பற்றியும் என் நண்பர்கள், தியான ஆசிரியர்கள் எழுதி புத்தகமாக வெளிவந்திருக்கின்றன. ஆனாலும் இந்தப் புத்தகத்தை எழுதிய அன்பர் திரு. ந.ஆ.ஸ்ரீனிவாசன் அவர்கள் ஆழ்நிலை தியானத்தைப் பற்றியும் அன்னாரின் தியான சித்தி அனுபவத்தையும் பதித்திருக்கும் முறை வெகு ஜோர். ஆங்காங்கே நம் தமிழ் மூதறிஞர்களின் ஆன்மீக வாக்குகளையும் புராண இதிகாச கருத்துக்களையும் quote பண்ணி இருப்பதும் மிக மிக அழகாக அற்புதமாக உள்ளது. ஒவ்வொரு தியான அன்பர்களிடமும் TM சித்தி அன்பர்களிடமும் கையிலேயே இருக்க வேண்டிய புத்தகமாக இருக்கின்றது. அர்த்தமுள்ள ஆன்மீக மனிதனாக ஆனந்தமாக வாழ ஒவ்வொருவரையும் சிந்திக்க வைக்கும் இது என்பதில் சந்தேகமில்லை.

புத்தகத்தில் ஆசிரியர் மந்திரம் பற்றியும் கர்ம வினை பற்றியும் மன அழுதத்ததிற்கு stress கொடுத்த உதாரணம் பிரமாதம். மன "கும்கி" ஆஹா என பாராட்டத்தக்கவை. இராமகிருஷ்ண பரமஹம்ஸசரின் "ஜிலேபி" ஆழ்மனதில் விடாது வருடிக்கொண்டே இருக்கும் உதாரணம். அர்த்தமோ அர்த்தம். சிந்திக்க வைக்கும்.

இப்புத்தக ஆசிரியர் குடும்பத்தோடு பல்லாண்டு வாழ்ந்து மக்களுக்கு தொண்டாற்ற எல்லாம் வல்ல குரு அருளையும் திரு அருளையும் பிரார்த்தித்து தியானிக்கின்றேன்.

வாழ்க பல்லாண்டு. வளர்க அவர் தொண்டு நூறாண்டு.

ஜெய் குருதேவ்,

தி.சி. பெருமாள்

ஆழ்நிலை தியான சித்தி பயிற்சி ஆசிரியர்

செயலாளர் — மகரிஷி வித்யா மந்திர், சென்னை

மகரிஷி மகேஷ் யோகி (1918 – 2008)

குருர் பிரம்மா குருர் விஷ்ணு குருர் தேவோ
மகேஷ்வர; குரு சாஷ்சாத் பரப்பிரம்மா
தஸ்மை ஸ்ரீ குரவே நம;

திருமந்திரம்
தெளிவு குருவின் திருமேனி காணடல்
தெளிவு குருவின் திருநாம... செப்பல்
தெளிவு குருவின் திருவார்த்தை கேட்டல்
தெளிவு குருவுரு சிந்தித்தல் தானே.

ஆழ்நிலைத் தியான சிறப்பு

தனம் தரும், கல்வி தரும்,
ஒரு நாளும் தளர்வறியா மனம் தரும்,
தெய்வ வடிவம் தரும்,
நெஞ்சில் வஞ்சம் இல்லா இனம் தரும்,
நல்லன எல்லாம் தரும்
நம் மகரிஷி மகேஷ் யோகியின்
ஆழ்நிலைத் தியான பயிற்சியே...

ஆழ்நிலைத் தியானம்
(Transcendental Meditation)

நமக்கு யோகா, தியானம் என்பதெல்லாம் காலம் காலமாக இருந்து வருவதுதான். நம்முடைய யோக மரபு முறைகள் எல்லாம் பதஞ்சலி யோக சூத்திரத்தை அடிப்படையாகக்கொண்டது. ஆனாலும் ஒவ்வொரு காலக்கட்டத்திலும் ஒவ்வொரு ஆன்மீக குருக்களும் தங்களுடைய பாணியில் அதை நமக்கு சொல்லிக் கொடுத்து வருகின்றனர். பாதை வெவ்வேறாக இருந்தாலும் அடையக் கூடிய இலக்கு என்னவோ ஒன்றுதான்.

பெரும்பாலும் இந்த யோகா மற்றும் தியான முறைகள் நம்முடைய இந்து மதத்தினை சார்ந்தே இருந்து வருகின்றன. கடந்த சில வருடங்களாகத்தான் இவை உலக அளவில் மக்கள் எல்லோருக்கும் பொதுவானதாகஏற்றுக்கொள்ளப்பட்டுவருகிறது.

இந்த தியான முறை மதம் சம்பந்தப் பட்டது அல்ல மனம் சம்பந்தப் பட்டது என்பதை உலக அளவில்கொண்டு சென்ற முன்னோடிகளில் ஒருவர்தான் மகரிஷி மகேஷ் யோகி அவர்கள். அவர்தான் ஆழ்நிலை தியான முறையை (Transcendental Meditation) 1958—ல் நமக்கு அறிமுகப்படுத்தியவர். அதனால்தான் அவர் ஆழ்நிலை தியானத்தின் தந்தை என்று போற்றப்படுகிறார்.

ஆழ்நிலை தியானம் என்றால் என்ன ? அவை எப்படி நமது மன நலத்தையும் உடல் நலத்தையும் காக்கிறது என்பதை ஓரளவுக்கு விளக்கமாக அறிமுகப்படுத்தும் முயற்சியே இந்த நூல். ஆங்கிலத்தில் ஆழ்நிலை தியானம் குறித்த பல்வேறு புத்தகங்களும் ஆய்வுக் கட்டுரைகளும் உள்ளது. ஆனால் தமிழில்

மிகவும் குறைவாகவே உள்ளது. ஆழ்நிலை தியானம் பயின்ற / பயிலும் அன்பர்கள் இந்த ஆழ்நிலை தியானத்தின் பயன்கள் குறித்து தங்களால் இயன்ற அளவுக்கு மற்றவர்களிடம்கொண்டு சேர்த்தால் அது நமது சமூகத்திற்கு செய்யும் நல்ல மக்கள் தொண்டே மகேசனின் தொண்டாக இருக்கும் என்று நான் நினைக்கிறேன்.

யார் இந்த மகரிஷி மகேஷ் யோகி?

நூலின் உள்ளே செல்வதற்கு முன் மகரிஷி மகேஷ் யோகியைப் பற்றி அறிந்து கொள்வோம்.

மகரிஷி ஆழ்நிலைத் தியான ஆசிரியராக இருந்த திரு. கு. கிருஷ்ணன் அவர்களால் எழுதப்பட்ட "மகரிஷியின் ஆழ்நிலைத் தியானம் – யோகாசனம்" (கண்ணதாசன் பதிப்பகம்) என்ற நூலில் "இருபதாம் நூற்றாண்டின் தெய்வப் பிறவி மகரிஷி மகேஷ் யோகி" என்ற தலைப்பில் எழுதப்பட்டுள்ளதை இங்கே குறிப்பிடுவது பொருத்தமாக இருக்கும் என்று நினைக்கிறேன்.

இறைவன் மனித உருக்கொண்டு மக்களை நல்வழிப் படுத்தியதாகப் புராணம் கூறுகின்றது. நம் வாழ்க்கையிலும் அப்படிச் சிலரை சந்தித்துகொண்டு இருக்கின்றோம். நேர்மை கெட்டு, உண்மை மயங்கி, தவறுகள் மலிந்த காலங்கள்தோறும் இறைவன் "மானிட அவதாரம்" எடுத்திருக்கின்றான். அந்த வகையில் மகரிஷி மகேஷ் யோகியை நாம் காணும் தெய்வப் பிறவி என்று கூறலாம். மக்கள் துன்பங்கள் என்ற அறியாமையில் மூழ்கி தத்தளித்தபோது, அவற்றைக் களைவதற்கு "ஆழ்நிலைத் தியானம்" என்ற மனப் பயிற்சியைக் கற்றுக் கொடுத்தார். அவர் வாழ்வில் நடந்த சுவையான சில நிகழ்ச்சிகள் நமக்குப் பயன் தருவதாகும்.

பிறந்த இடம்

மத்திய பிரதேசத்தில் ஜபல்புர் என்ற மாவட்டத்தில் வற்றாது வளம் கொழிக்கும் நர்மதை நதி ஓரம் மகரிஷி பிறந்தார்.

அவரது குடும்பம் எளிமையானது. ஆடம்பரம் அங்கு இல்லை. ஆனால் அமைதியான சூழ்நிலை இருந்தது. மகரிஷி பிறந்தவுடன் அவர் முகத்தில் ஒரு தெளிவு, ஓர் ஒளி தவழ்ந்ததாக அவரது பெற்றோர்கள் கூறினார்கள். மகேஷ் என்பதே அவரது இயற்பெயராக அமைந்தது.

மாணவப் பருவம்

மகரிஷி அலகாபாத் பல்கலைக் கழகத்தில் பி.எஸ்.சி. பௌதிகம் படித்துக்கொண்டு இருந்தார். படிப்பில் அவருக்கு ஆர்வம் இருந்தது. எதையும் நுணுக்கமாக ஆராயும் போக்கு அப்போதே அவரிடம் காணப்பட்டது.

மாணவப் பருவத்திலேயே அவர் மனம் அமைதியில் ஆழ்ந்தது. அப்போது அவர் மனம் உலக வாழ்க்கையில் விட்டு தனித்திருக்கும் பாங்கை விரும்பியது. அந்தக் காலக் கட்டத்தில்தான் ஜோதிர்மடத்தின் சங்கராச்சாரியார் சுவாமி பிரும்மானந்த சரஸ்வதி என்பவர் வட நாட்டில் பல இடங்களில் சொற்பொழிவு ஆற்றி வந்தார். அவரது கருத்துக்களில் மகரிஷி இன்பம் கண்டார். அவரது முகத்தில் தெரிந்த ஒளி கண்டு இவர்தான் தனது குரு என்று அவருள் நினைக்கத் தொடங்கினார். உலக வாழ்வைத் துறந்து பிரம்மச்சாரியாக சுவாமியுடன் வாழ விரும்புவதாக மகரிஷி கூறினார். சுவாமிஜி, படித்து முடித்த பிறகு தன்னைப் பார்க்கும்படி மகரிஷிக்கு அன்பு கட்டளையிட்டார். குருதேவரின் எண்ணப்படி அவர் பி.எஸ்.சி. பௌதிகம் படித்துத் தேறினார். அப்போது அவர் மனதில் குருதேவரின் ஒலிதான் நிறைந்து இருந்தது. எனவே மகேஷ் யோகியின் கால்கள் உலக இன்பத்தைத் துறந்து இமயமலையை நோக்கி நடக்கத் தொடங்கின.

ஜோதிர் மடம்

இந்திய மடங்களில் மிகப் பழமையானது இமய மலையில் இருக்கும் ஜோதிர் மடம். ஆதிசங்கரர் முதன் முதலில் ஆரம்பித்த மடம் இதுதான். இம்மடத்தில் பல ஆண்டுக்காலம் சங்கராச்சாரியராக இருந்து அருளாட்சி நடத்தியவர் ஸ்வாமி பிரும்மானந்த சரஸ்வதி சுவாமிஜி. அக்கால மடாலயத் தலைவர்களில் சிறப்பிடம் பெற்றவர். அவர் கருத்துக்கள் எல்லோராலும் ஏற்றுக் கொள்ளப் பட்டவை. சுவாமிஜியை குருவாகக் கொள்வதில் மகரிஷி பெருமிதம் கொள்ளலானார். மகரிஷி குருதேவின் முக்கிய சீடர்களில் ஒருவராக விளங்கத் தொடங்கினார். குருதேவரின் சீடராக சேர்ந்தபொழுதே மகரிஷி அறிவு நிரம்பப் பெற்ற முழு மனிதராக மாறத் தொடங்கினார்.

மகரிஷியின் குருபக்தி

மகரிஷி குருவின் மேல்கொண்ட பக்தி அளவிடற்கரியது. மகரிஷிக்கு குருவிடம் பயம் இருந்தது. மரியாதை இருந்தது. அன்பு இருந்தது. குருவைத் தெய்வமாக மதித்தார். மகரிஷிதான் எப்படி வாழ வேண்டும், எப்படி மற்றவர்களிடம் பழக வேண்டும், குருவிடம் எப்படி நடக்க வேண்டும் என்பதை குரு எண்ணிப் பார்க்கின்றார் என்று நினைத்து, அதற்குத் தகுந்த முறையில் நெறி முறைகளை ஏற்படுத்திக்கொண்டார்.

குருவிற்கு வந்த கடிதத்திற்கு பதில் எழுத வேண்டிய ஒரு கடிதத்தை மகரிஷிதான் எழுதலாமா? என்று கேட்டபோது, அவரிடம் மிகுந்த பயபக்தி காணப்பட்டது. "சரி எழுது" என்று குரு கூறினார். அது முதல் குருவின் நேரிடை சிஷ்யனாகி, மகரிஷிக்கும் குருவுக்கும் ஒரு நெருக்கமான பிணைப்பு ஏற்பட்டது. மகரிஷி, குருவின் கீழ் பதிமூன்றரை ஆண்டுகள் இருந்து உபதேசம் பெற்று தனது ஞானத்தை இமயம் போன்று வளர்த்துக்கொண்டார்.

குருதேவருடன் இருக்கும்போது 'பால பிரம்மசாரி மகேஷ்' என்று அழைக்கப்பட்டார். குரு கற்றுக் கொடுத்த தியானத்தை பல ஆண்டுகள் பயிற்சி செய்தார். தியானம் செய்து சமாதி நிலை அடைந்து மகரிஷி தனது ஆற்றலை அதிகப்படுத்தினார். தனது திறமையை அதிகப்படுத்தினார். தனது உணர்வைப் பண்படுத்தினார். ஆழ்ந்த அமைதி மனதளவில் பெற்றார். தியானம் மூலம் ஆன்மீகவாதியாக பிரம்மச்சாரியாகலாம் என்றில்லாமல், தியானிப்பவர் எல்லோரும் எதையும் சாதிக்க முடியும் என்ற உண்மையைப் புரிந்துகொண்டார். இந்தியாவிலும் பிற வெளிநாடுகளிலும் பல இடங்களில் மகரிஷி தியானம் பற்றிப் பேசும்போது குரு படத்தின் கீழ்தான் அமர்ந்து இருப்பார் என்பது குறிப்பிடத் தக்கது. குருவிற்கு அவ்வளவு அதிக முக்கியத்துவம் கொடுத்தவர்.

குருதேவர் சமாதி அடைவதற்கு முன்பு மகரிஷியை தனியாக அழைத்து "எனது ஞானம், ஆற்றல் முழுவதும் உனக்குக் கிடைக்கும்" என்று கூறிச் சென்றார். அன்று முதல் மகரிஷி தெய்வீக ஆற்றல் பெற்றார். குருவின் மறைவிற்குப் பிறகு மூன்று ஆண்டுகள் உத்தர காசியில் மௌன விரதம் இருந்தார். மௌனம் அவரை ஒரு மாமேதையாக்கியது.

மகரிஷியின் எண்ணம்

மகரிஷி உத்தர காசியில் மௌனம் காத்த காலத்தில் அவர் மனதில் ஒரு வினோத எண்ணம் வந்தவண்ணம் இருந்தது. இராமேஸ்வரம் என்ற எண்ணம். அதுபற்றி கேட்டறிந்த மகரிஷி தமிழகத்தில் இருக்கும் இராமேஸ்வரத்திற்குச் செல்ல வேண்டும் என்ற எண்ணம் தோன்றியது. மகரிஷியின் ஆழ்மனத்தில் தோன்றிய இந்த எண்ணத்திற்கு ஏற்ப தென்னிந்தியாவிற்கு வருகை புரிந்தார்.

மறக்க முடியாத மதனப்பள்ளி

மகரிஷியின் வாழ்க்கையில் ஆந்திராவில் இருக்கும் மதனப்பள்ளி என்ற இடம் மறக்க முடியாத அனுபவத்தை ஏற்படுத்தியது. ஒரு தங்கும் விடுதிக்குச் சென்று மகரிஷி தங்குவதற்கு இடம் கேட்டார். விடுதி சொந்தக்காரர் "ரூம் இல்லை" என்று கூறிவிட்டார். உடனே அவர் அங்கு அமர்ந்துகொண்டு தியானம் செய்ய ஆரம்பித்தார். அவர் தியானம் செய்கின்றபோது முகத்தில் தோன்றுகின்ற தெய்வீக ஒளியைக் கண்டு மனம் மாறி தங்குவதற்கு இடம் கொடுத்தார் விடுதியின் சொந்தக்காரர்.

தமிழகம் ஒரு திருப்புமுனை

மகரிஷி இராமேஸ்வரம், கன்னியாகுமரி போன்ற இடங்களில் இருக்கும் இறைவனை, இறைவியை தரிசனம் செய்தார். கன்னியாகுமரியில் அவர் நடமாடிக்கொண்டு இருக்கும்போது அறிமுகம் இல்லாத ஒரு புதிய மனிதர் மகரிஷியின் கருணை பொங்கும் முகத்தைக் கண்டு வடநாட்டிலிருந்து வந்த ஒரு துறவி என்று உணர்ந்துகொண்டார். பின்னர் அவர் மகரிஷி இருப்பிடம் சென்று அவரை மக்கள் மத்தியில் பேச வேண்டும் என்று வேண்டினார். மேலும் அவர் மகரிஷி ஏழு நாட்கள் பேச வேண்டும் என்றும், பேச வேண்டிய தலைப்புகளையும்

மகரிஷியிடம் எழுதி வாங்கிக்கொண்டு சென்று விட்டார். மகரிஷி பேச வேண்டிய கருத்துக்களை சிந்தனையில் தொகுத்துக்கொண்டார். ஒவ்வொரு நாளும் முதல் நாள் வந்த கூட்டத்தைப் போல் இருமடங்கு மக்கள் கூடி அவர் பேச்சை உணர்ந்து பாராட்டத் தொடங்கினார்கள். மகரிஷியின் பேச்சை ஒரு நூலகர் பாராட்டியது அவர் மனதில் இன்னும் பதிந்து இருக்கின்றது. வடகோடியிலிருந்து வந்த மகரிஷியை தென்கோடி மக்கள் பாராட்டியபோதுதான் அவர் மனதில் நல்ல கருத்துக்களை மக்கள் மத்தியில் பரப்ப ஒரு இயக்கம் ஆரம்பிக்க வேண்டும் என்ற எண்ணம் கருக்கொண்டது.

மகரிஷியின் மனதில் நிற்கும் சென்னை

ஆன்மீக மறுமலர்ச்சி இயக்கம் என்று 1957—ம் ஆண்டு சென்னையில் ஆரம்பித்தார் மகரிஷி. இதற்கு மக்கள் கொடுத்த சிறப்பான வரவேற்புதான், ஆழ்நிலை தியான இயக்கம் உலகம் முழுவதும் பரவி இருப்பதற்குக் காரணமாக இருந்தது.

இயற்றிய நூல்கள்

"Science of Being and Art of Living", Maharishi Mahesh Yogi on the Bhagavad Gita, Celebrating Perfection in Education, Maharishi's Supreme Offer to the World, to Every Individual என்பன மகரிஷி எழுதிய பல நூல்களுள் குறிப்பிடத்தக்க சில புத்தகங்களாகும்.

1918—ம் ஆண்டு ஜனவரி மாதம் 12—ம் நாள் இந்த மண்ணில் தோன்றிய மகரிஷி அவர்கள் 2008—ம் ஆண்டு பிப்ரவரி மாதம் 5—ம் நாள் இந்த சரீர உடலில் இருந்து மறைந்தார். ஆனால் அவர் நமக்கு அளித்த இந்த ஆழ்நிலைத் தியானம் என்றும் மறையாது.

ஆழ்நிலைத் தியானத்தின் சில அடிப்படை விளக்கங்கள்

இப்போது நாம் ஆழ்நிலைத் தியானம் குறித்த அடிப்படை விஷயங்களையும், அது எப்படி நம் வாழ்வில் நல்ல மாற்றத்தினை உண்டாக்கும் என்பது குறித்தும் சற்று விளக்கமாக ஆராயலாம்.

மந்திரத்தால் மாங்காய் விழுமா? என்பது நம் ஊர்ப் பழமொழி. மாமரத்தில் மாங்காய் விளைவது இயற்கை. அதே மாங்காய் நாம் உச்சரிக்கும் ஒரு மந்திரத்தின் மூலம் நம் கைகளில் வந்து விழுமா? விழும் அல்லது விழாது என்ற இரு பதில்களும் உண்மையே. என்ன குழப்ப ஆரம்பித்து விட்டேன் என்று நினைக்கிறீர்களா? கண்டிப்பாக இல்லை. சற்று விளக்கமாக கூறுகிறேன்.

இப்போது நீங்கள் உங்களை இந்த மாநிலத்தின் முதல்வர் (தற்காலிக முதல்வர் அல்ல) அல்லது இந்த நாட்டின் பிரதமராக கற்பனை செய்து கொள்ளுங்கள். அப்படியே கண்ணை மூடிக்கொண்டு "யாரங்கே?" என்று குரல் கொடுங்கள் (பிரதமராக இருந்தால் இந்தியில் அல்லது ஆங்கிலத்தில் கூப்பிடவும்??). இப்போது உங்களைச் சுற்றிலும் IAS, IPS அதிகாரிகள் முதல் அலுவலகப் பணியாளர்கள் வரை உங்களை சூழ்ந்துகொண்டு நீங்கள் கேட்டதை உடனே நிறைவேற்றிக் கொடுப்பார்கள்.

இப்போது கற்பனை உலகத்தில் இருந்து வெளியே வாருங்கள். நீங்கள் நீங்களாகவே இருந்துகொண்டு மீண்டும் "யாரங்கே?" என்று குரல் கொடுங்கள். "யாருமில்லை" என்று நக்கலாகவோ அல்லது "மனசுல என்ன மகாராஜா (அல்லது மகாராணி) என்று நினைப்போ என்று குத்தலாகவோ பதில் வரும்.

சற்று சிந்தித்துப் பாருங்கள். வார்த்தை ஒன்றுதான். ஆனால் "response" வெவ்வேறு.

இராமாயணத்தில் இராமன்கூட இலங்கைகுக்கு செல்லும்போது பாலம் அமைத்துதான் சென்றார். ஆனால் அனுமன் ராம நாமத்தினை ஜெபித்துக்கொண்டே கடலை கடந்ததாக நாம் படித்திருக்கிறோம். சரி அனுமன் பறந்தாரே நாமும் செய்தால் என்ன என்று அதுபோலவே ராம நாமத்தினை ஜெபித்துக்கொண்டே மெரினா கடலுக்குச் சென்றால் கடல் அலை நம்மை உள்ளே இழுத்துப் போட்டு பட்டினப்பாக்கத்தில் தள்ளிவிடும். ஏனென்றால் அவர் அனுமன். நாம் வெறும் ordinary men.

சற்று சிந்தித்துப் பாருங்கள். வார்த்தை ஒன்றுதான். ஆனால் "response" வெவ்வேறு.

இப்போது நமக்குப் புரிகிறது. மந்திரம் என்பது சாதாரண வார்த்தையா அல்லது ஒரு மாபெரும் கட்டளையா என்பது அந்த வார்த்தையில் இல்லை அதை சொல்பவரின் வலிமையைப் பொருத்தது.

இன்னொரு விஷயம். மந்திரத்தால் மாங்காய் விழும் என்பதை literal ஆக புரிந்து கொள்ளாமல் கொஞ்சம் logical ஆக புரிந்து கொள்வோம்.

ஆதி சங்கரர் ஏழைப் பெண்மணியின் வறுமையைப் போக்க எண்ணி "கனகதாரா ஸ்தோத்திரம்" அருளினார். உடனே தங்க காசுகள் மழையாக பொழிந்து அந்த பெண்மணியின் வறுமை அகன்றது என்று படித்திருக்கிறோம்.

ஆதிசங்கரர் அருளிய கனகதாரா ஸ்தோத்திரத்தை நாமும் சொன்னால் உடனே தங்க மழை பொழியுமா என்ன? ஆனால் பக்தியுடன் தினமும் "கனகதாரா ஸ்தோத்திரம்" சொல்பவர் வீட்டில் வறுமை நிச்சயம் இருக்காது என்பதை அனுபவித்தவர்கள் உணர்வர். அவர்களுக்கு தேவையான செல்வம் தேவையான நேரத்தில் கண்டிப்பாக வந்து சேரும் என்பதில் எந்த ஐயமும் இல்லை.

இப்போது சொல்லுங்கள் மந்திரத்தால் மாங்காய் விழுமா அல்லது விழாதா?

அப்படி நம் மனதில் எண்ணும் எண்ணங்களை மகத்தான கட்டளைகளாக மாற்றும் ஒரு பயிற்சிதான் இந்த ஆழ்நிலை தியானம்.

எண்ணங்களின் வலிமை

அது எப்படி நம் மனதில் நாம் எண்ணும் எண்ணங்கள் கட்டளைகளாக மாறும் என்று நீங்கள் நினைக்கலாம். ஒரு சின்ன உதாரணம். நீங்கள் இரவு தூங்குவதற்கு முன் மறுநாள் காலை 5 மணிக்கு எழுந்திருக்க வேண்டும் என்று ஆழ்ந்து நினைத்துவிட்டு தூங்குங்கள். மறுநாள் சரியாக 5 மணிக்கு (அதுவும் உங்கள் வீட்டு கடிகாரத்தின்படி) உங்களுக்கு விழிப்பு வரும். இது பலரின் அனுபவமான உண்மை (விழிப்பு வந்த பிறகு சோம்பலில் மீண்டும் தூங்கி விடுவது வேறு விஷயம்). இரவில் எண்ணிய ஒரு சின்ன எண்ணமே இப்படி கட்டளையாக நிறைவேறும்போது நாம் மனதில் தொடர்ந்து எண்ணும் எண்ணங்கள் ஏன் நம் வாழ்க்கையை மாற்றி அமைக்காது.

ஜேம்ஸ் ஆலன் என்ற தத்துவ ஞானி தன்னுடைய "As a Man Thinketh" என்ற தன்னுடைய புத்தகத்தில் இப்படி குறிப்பிடுகிறார். "நாம் எந்த எண்ணங்களை நம் மனதில் வளர்க்கிறோமோ, அந்த எண்ணங்கள்தான் நமது அக வாழ்வின் மன அமைதியையும், புற வாழ்வின் சூழ்நிலைகளையும் உருவாக்குகிறது. இதுவரையில் அறியாமையினால், தேவையில்லாத எண்ணங்களால் சூழப்பட்டு மன அமைதி இழந்து இருந்தாலும், இனிமேலாவது உங்கள் எண்ணங்களை நேர்ப்படுத்தி இனிமையான வாழ்வு வாழ்ந்திடுங்கள்."

"By virtue of the thoughts which they choose and encourage; that mind is the master-weaver, both of the inner garment of character and the outer garment of circumstance, and that, as they may have hitherto woven in ignorance and pain they may now weave in enlightenment and happiness".

சுவாமி விவேகானந்தர் சொல்வதும் அதைத்தான். "நாம் என்பது நம் எண்ணங்கள்தான். அதனால் அந்த எண்ணங்களில்

கவனமாக இருங்கள். வார்த்தைகள்கூட இரண்டாம் பட்சம்தான். எண்ணங்கள் எல்லா இடத்தையும் கடக்கும்".

அப்படிப்பட்ட நம்முடைய எண்ணங்களை நெறிப்படுத்தும் ஒரு பயிற்சிதான் மகரிஷி மகேஷ் யோகி நமக்கு அறிமுகப்படுத்தும் இந்த ஆழ்நிலைத் தியானம்.

ஆழ்நிலை என்றால் என்ன?

"**ரா**ப்பகலில்லா வெறுவெளி வீட்டில் ரமித்திடுவோம் வா அருணாச்சலா" என்று ஸ்ரீ அருணாசல அக்ஷரமணமாலையில் இரமண மகரிஷி குறிப்பிடும் இரவும் இல்லாத பகலும் இல்லாத வெற்று வெளி என்பதுதான் அந்த ஆழ்நிலையோ.

தூங்காமல் தூங்கி சுகம் பெறுவது எக்காலம் என்று பத்ரகிரியார் சொல்லும் தூங்காமல் தூங்கும் நிலைதான் அந்த ஆழ்நிலையோ.

"வாக்கும் மனமும் இல்லா மனோலயம் தேக்கியே யென்றன் சிந்தை தெளிவித்து இருள்வெளியிரண்டுக்கு ஒன்றிடம் என்ன அருள்தரும் ஆனந்தத்து அழுத்தியென்" என்று ஔவையார் சொல்லும் "வாக்கும் மனமும் இல்லாத மனோலயம்"தான் ஆழ்நிலையோ.

உண்மையில் இவையெல்லாமும்தான் அந்த ஆழ்நிலை. மகரிஷி அவர்கள் "unbounded awareness" என்ற வார்த்தையை இந்த ஆழ்நிலைக்கு பயன்படுத்துகிறார். அதாவது எல்லையற்ற விழிப்புணர்வு நிலைதான் அந்த ஆழ்நிலை.

மகரிஷி இந்த ஆழ்நிலைக்கு ஆங்கிலத்தில் "Being" என்று இன்னொரு வார்த்தையையும் சொல்கிறார். இதைத் தமிழில் "பிரபஞ்ச அறிவு" என்றும் "எல்லையற்ற ஆற்றல்" என்றும் எங்கும் நிறைந்திருக்கும் "பரம்பொருள்" என்றும் இன்னும் பலவாறு அழைப்பார்கள். இந்த பிரபஞ்ச அறிவை நாம் அடைவதற்கு நம் மனதின் ஆழத்திற்கு செல்ல வேண்டுமாதலால், சுலபமாக "ஆழ்நிலை" என்ற வார்த்தையையே பயன்படுத்தலாம்.

சரி இந்த ஆழ்நிலை எங்கு இருக்கிறது? நமக்குள்ளேதான் இருக்கிறது. நான் யார் என்று கேட்டுக்கொண்டே இரு. நான் இருக்கும் இடத்தை நாம் காணலாம் என்பார் இரமண மகரிஷி அவர்கள். அந்த நான் இருக்கும் இடத்தைதான் மகரிஷி அவர்கள் ஆழ்நிலை என்று சொல்கிறார்.

சரி நம்மால் அத்தகைய ஆழ்நிலைக்கு செல்ல முடியுமா? கண்டிப்பாக முடியும் என்று சொல்கிறார் மகரிஷி. "Miles to go before I sleep" என்று Robert Frost அவர்களின் கவிதை ஒன்று உள்ளது. அதாவது நான் தூங்குவதற்கு முன் (கடைசியாக கண்ணை மூடுவதற்கு முன்) செல்ல வேண்டிய தூரம் (சாதிப்பதற்கு) நிறைய இருக்கிறது என்று அதற்குப் பொருள்.

ஆழ்நிலையைப் பொறுத்தவரையில் "Miles to go before I awake" என்று புரிந்து கொள்ளவேண்டும். ஏனென்றால் நாம் விழித்திருக்கும்போதே தூங்குபவர்கள். அதனால் தூங்கும்போதும் விழித்திருக்க நமக்கு நிறைய பயிற்சி வேண்டும்.

அந்தப் பயிற்சியை தருவதுதான் மகரிஷி அவர்கள் நமக்கு கொடுத்துள்ள அருட்கொடையாம் இந்த ஆழ்நிலை தியானப் பயிற்சி.

ஆழ்மனமும் அதில் உருவாகும் எண்ணங்களும்

இந்த ஆழ்நிலை பயிற்சிக்கு போவதற்கு முன் நம்முடைய மனதைப் பற்றியும் அதில் உருவாகும் எண்ணங்களைப் பற்றியும் கொஞ்சம் தெரிந்து கொள்வோம்.

ஒரு உதாரணத்திற்கு நம்முடைய மனதை கடலோடு ஒப்பிடலாம். கடற்கரையில் சென்று பார்த்தால் அலை அலையாக ஆர்ப்பரிக்கும் அலைகள் வந்துகொண்டே இருக்கிறது. அதே கடலின் ஆழத்தில்தான் கடல் மிகவும் அமைதியாக இருக்கிறது. கடலின் மேல்பாகம் அலைகளும் கடல்தான். அதன் ஆழமும் கடல்தான்.

சரி இப்போது நாம் ஆழ்கடலுக்குள் செல்ல வேண்டும். கடற்கரையில் நின்றுகொண்டு அலை அடிப்பது நின்றவுடன் கடலின் ஆழத்திற்கு செல்ல நினைத்தால் காலம் முழுவதும் கரையில் நிற்க வேண்டியதுதான்.

நமக்கு இப்போது ஒரு கப்பலோ அல்லது படகோ அல்லது at least ஒரு தோணியோ தேவைப்படுகிறது. அப்போதுதான் நம்மால் அலைகளை கடந்து நடுக்கடலுக்கு செல்ல முடியும்.

நம் மனமும் அப்படித்ததான். மனதில் மேல் அலை அலையாய் எண்ணங்கள் வந்துகொண்டே இருக்கிறது. அந்த அலைகளை கடந்து மனதிற்குள் செல்லும் "தோணி"தான் மந்திரம்.

சில பேர் அதிகம் பேச மாட்டார்கள். சில பேர் வளவளவென்று பேசிக்கொண்டிருப்பார்கள். அதிகம் பேசாதவர்கள் எல்லோரையும் மிகவும் அமைதியானவர்கள் என்று நினைப்பதும் சில (அல்லது பல) நேரங்களில் தவறாக அமைந்துவிடும்.

வார்த்தைகளைப்போலவே எண்ணமும் ஒரு பேச்சுதான். நிசப்தம் என்ற வார்த்தையிலேயே சப்தம் இருப்பதை பாருங்கள்.

"வாயை மூடிக்கொண்டு பேசவும்" என்ற ஒரு திரைப்படம் வந்தது உங்களுக்கு தெரிந்திருக்கலாம். நாம் பொதுவாக வாயை மூடிக்கொண்டு பேச முடியாது என்று நினைப்போம். அப்படி கிடையாது. எப்படி வாயைத் திறந்துகொண்டு (அல்லது கண்ணையும் திறந்துகொண்டு) தூங்குவது சாத்தியமோ அப்படியே வாயை மூடிக்கொண்டே பேசுவதும் சாத்தியமே.

அதாவது நமது எண்ணங்கள் மூலமாக நாம் சதா சர்வகாலமும் பேசிக்கொண்டேதான் இருக்கிறோம். அதனால் வெளிப்பார்வைக்கு மட்டுமல்லாமல் உண்மையிலேயே உள்ளுக்குள் அடங்குவதுதான் முக்கியமானது.

அதற்கு எண்ணங்களை கடந்து உள்ளே செல்ல வேண்டும். இப்போது கடவுள் என்ற வார்த்தையைப் பார்க்கலாம். அதாவது கடவுள் என்றால் "உள்ளே கட" என்று பொருள்.

அதாவது நமக்கு உள்ளே கடந்து நாம் யார் என்று அறியும் அந்த ஆழ்நிலையையே நமது முன்னோர்கள் கடவுள் என்று அழைத்தனர். அதாவது கடவுளை வெளியே எங்கும் தேட வேண்டாம். அவர் நமக்கு உள்ளேயே இருக்கிறார் என்று தீர்க்கமாக அன்றே கூறினர் நம் முன்னோர். "நட்ட கல்லும் பேசுமோ நாதன் உள் இருக்கையிலேயே" என்ற திருமூலரின் வார்த்தையை இங்கே நினைவு கூர்வது நல்லது.

சரி இப்போது நமது எண்ணங்களை கடந்து எப்படி உள்ளே செல்வது? அதற்கு ஒரு படகை அல்லது தோணியைத்தான் "மந்திரம்" என்ற ஒன்றின் மூலம் மகரிஷி நமக்கு அளிக்கிறார்.

இப்போது இந்த ஆழ்நிலை தியானம் எப்படி வேலை செய்கிறது என்பதை சற்று விளக்கமாகப் பார்க்கலாம்.

நாம் ஏற்கனவே குறிப்பிட்டபடி நாம் எண்ணங்களால் நிறைந்திருக்கிறோம். ஒவ்வொரு எண்ணமும் நமக்குள்ளும் நம்மைச் சுற்றியும் ஒரு அதிர்வலையை (vibration) உருவாக்கிக்கொண்டே இருக்கிறது.

நல்ல எண்ணங்கள் நல்ல அதிர்வலையையும் கெட்ட எண்ணங்கள் கெட்ட அதிர்வலைகளையும் உருவாக்கிக் கொண்டே இருக்கிறது. அதாவது நமது எண்ணங்களுக்கு ஏற்பத்தான் நமது வாழ்க்கை அமைகிறது.

"வினை விதைத்தவன் வினை அறுப்பான் திணை விதைப்பவன் திணை அறுப்பான்" என்ற பழமொழியை இங்கே நினைவுபடுத்திக் கொள்ளவும்.

இப்போது நமக்கு ஒரு கேள்வி எழலாம். ஊரை வாரி உலையில் போட்டுக் கொள்பவர்கள் எல்லாம் நன்றாகத்தானே இருக்கிறார்கள். நாம் நல்லவனாக இருந்து என்ன சுகத்தைக் கண்டோம். இது நமது அறியாமையினால் ஏற்படும் கேள்வி.

இதை இன்னும் கொஞ்சம் விரிவாகப் பார்க்கலாம். மனிதர்களுக்குள்தான் நல்லவன் கெட்டவன் என்ற பாகுபாடு. பிரபஞ்ச அறிவிற்கு அத்தகைய பாகுபாடு கிடையாது. அது நம்மை மொத்தமாக கூட்டி கழித்துப் பார்த்து நல்லவன் கெட்டவன் என்று பிரித்துப் பார்ப்பதில்லை.

அந்த பிரபஞ்ச அறிவைப் பொறுத்தவரை நல்ல எண்ணங்களுக்கு நல்ல பலன். கெட்ட எண்ணங்களுக்கு கெட்ட பலன். அதாவது உலகின் பார்வையில் நல்லவன் என்பவரின் எல்லா எண்ணங்களும் நல்ல எண்ணமாக இருக்க வேண்டிய அவசியம் இல்லை. உலகின் பார்வையில் கெட்டவர் என்பவரின் எல்லா எண்ணங்களும் கெட்ட எண்ணங்களாக இருக்க வேண்டிய அவசியமில்லை. கடவுள் பாதி மிருகம் பாதி கலந்து செய்த கலவைதான் மனிதன்.

அதுவும் தவிர, நாம் பொருளாதார நிலையில் வசதியாக இருப்பவர்களை எல்லாம் மிகவும் நன்றாக இருக்கிறார்கள் என்று நினைத்துக் கொள்கிறோம். ஆனால் தவறான வழியில் பொருள் சேர்த்த ஒவ்வொருவரும் மன அமைதி இழந்து

தூக்கம் இல்லாமல் தவித்துக்கொண்டிருப்பதை நம்மால் உணர முடியும். வருமான வரி சோதனை வந்தவர்கள் மட்டுமல்ல வருமான வரி சோதனை வந்து விடுமோ என்று தினமும் கலங்கி இருப்பவர்கள் எத்தனை பேர். "படித்தவன் சூதும் வாதும் செய்தால் போவான் போவான் ஐயோ என்று போவான்" என்று பாரதி குறிப்பிடுகிறார்.

படித்தவன் என்பதை கல்லூரி சென்று டிகிரி வாங்கியவர்கள் என்ற அளவில் புரிந்து கொள்ள வேண்டாம். தான் செய்யும் செயல்களின் விளைவுகளை அறிந்தும் தன் பண பலம் மற்றும் அதிகார பலத்தினால் எல்லாவற்றையும் சரிக்கட்டிவிடலாம் என்பவனைத்தான் பாரதி குறிப்பிடுகிறார். இப்போது நாட்டில் நடக்கும் சம்பவங்களை கொஞ்சம் நினைவுபடுத்திப் பாருங்கள். வல்லான் வகுத்ததே சட்டம் என்று இருந்தவர்கள் எல்லாம் சட்டத்தின் பின்னால் அலைந்துகொண்டிருப்பதை.

இது ஒருபுறம் இருக்கட்டும். இதற்கு அடுத்த விஷயம் மிக முக்கியமானது. நமது முன்னோர்கள் கர்ம வினை என்று சொல்வார்களே அதுதான். நீங்கள் நாத்திகவாதியாகவே இருந்து இந்த "கர்மத்தை"யெல்லாம் நம்பவில்லை என்றாலும்கூட கர்ம வினை உங்கள் வாழ்க்கையில் செயலாற்றிக்கொண்டேதான் இருக்கும்.

அதாவது நம்மைப் பொறுத்தவரை நாம் பிறந்ததில் இருந்துதான் நமது வாழ்க்கை ஆரம்பிக்கிறது. ஆனால் கர்ம வினையைப் பொறுத்தவரையில் போன பிறவியில் நாம் செய்த பாவ புண்ணியங்களையும் கணக்கில் எடுத்துக்கொண்டு, மிச்சத்தை இந்தப் பிறவியில் நமக்கு கொடுத்து அனுப்பியிருக்கிறது.

இப்படி வைத்துக்கொள்வோம். நாம் ஒரு செல்வந்தர் வீட்டில் பிறக்கிறோம். அப்போது நாம் அதிகம் உழைக்காமலேயே நமக்கு பணம் வந்துகொண்டிருக்கும். அதற்கு மாறாக மிகவும் ஏழ்மையான குடும்பத்தில் நிறைய கடன்சுமையுடன் பிறந்திருந்தால் நாம் எவ்வளவு சம்பாதித்தாலும் பெரும் பகுதி கடனை அடைக்கவே பயன்படும். கடனை அடைத்தபிறகுதான் சேமிக்கவே ஆரம்பிக்க முடியும். நாம் செல்வந்தர் வீட்டில் பிறப்பதும் ஏழை வீட்டில் பிறப்பதும் நம் கையிலா இருக்கிறது. இதுதான் கர்ம வினை.

எப்படி நாம் சேர்க்கும் செல்வம் நமக்கோ அல்லது நமது வாரிசுகளுக்கு செல்கிறதோ அதைப்போலவேதான் நாம்

சேர்க்கும் பாவ புண்ணியங்களும். இன்று தவறான வழியில் சேர்க்கும் பணமோ அல்லது பொருளோ ஒன்று சேர்த்தவரையே அழிக்கும் அல்லது அவரது வாரிசுகளை அழிக்கும். இதுதான் கர்ம வினை. இது பொருளுக்கு (பணம்) மட்டுமல்ல, எல்லா வகையான பாவ புண்ணியங்களுக்கும் பொருந்தும்.

சரி இப்படி எல்லாவற்றிலும் கர்ம வினையின் ஆதிக்கம் இருந்தால் இந்தப் பிறவியில் என்னுடைய வினைக்கு (செயலுக்கு) என்ன அர்த்தம் என்று கேட்கலாம்.

இதற்குத்தான் ஆழ்நிலைத் தியானம் நமக்கு பதில் சொல்கிறது.

அதாவது சென்ற பிறவியின் பாவ புண்ணியங்களையும் சுமந்துகொண்டுதான் நாம் இந்தப் பிறவிக்கு வந்திருக்கிறோம். அந்த எண்ணங்களின் தாக்கத்திலேயேதான் இந்தப் பிறவியிலும் நாம் செயல்படுகிறோம். கர்ம வினை என்ன பாதை போட்டிருக்கிறதோ அதே பாதையில்தான் பயணிக்கிறோம். அதே கோபம், அதே காமம், அதே வஞ்சகம், அதே அன்பு, அதே பரிவு இன்னும் பல அதே அதேக்கள்.

இப்பொது நமக்கு ஒரு விழிப்பு உணர்வு தேவைப்படுகிறது. அந்த விழிப்புணர்வு நம் வாழ்க்கையில் ஏற்படும் ஒவ்வொரு காரியத்திற்கும் காரணங்களை தெளிவுபடுத்தும். எப்படி நமக்கு ஏற்படும் சோதனைகளிலில் இருந்து மீள்வது என்ற பாதையையும் காட்டும். அதாவது கர்ம வினை போட்ட பாதையில் இருந்து தேவைப்பட்டால் விலகிச் செல்லும் தெளிவையும் அளிக்கும்.

சரி உங்களுக்கு கர்ம வினையில் எல்லாம் நம்பிக்கை இல்லை. போன பிறவியெல்லாம் இருக்கட்டும். இந்தப் பிறவியில் இந்த ஆழ்நிலை தியானம் எப்படி வேலை செய்கிறது என்று சொல் என்று நீங்கள் கேட்கக் கூடும்.

அதற்கும் மகரிஷி பதில் வைத்திருக்கிறார். இது முழுக்க முழுக்க அறிவியல்பூர்வமாக நிரூபிக்கப்பட்ட உண்மை. அதாவது நமது எண்ணங்களுக்கும் நமது நரம்பு மண்டலதிற்கும் நேரடியான தொடர்பு உள்ளது. நமது ஒவ்வொரு எண்ணமும், அது நல்லதோ அல்லது கெட்டதோ, நம்முடைய நரம்பு மண்டலத்தினைப் பாதிக்கும். அதற்கேற்ப அதிர்வலைகளை உருவாக்கும்.

உதாரணமாக, நாம் குளிக்கும் முன் நம்முடைய நகையை கழட்டி பத்திரமாக வைத்துவிட்டு குளிக்கச் சென்று விடுகிறோம். பிறகு அந்த நகையைப் பற்றி மறந்து விடுகிறோம். திடீரென்று மாலையில் அந்த நகை குறித்து ஞாபகம் வருகிறது. பெரும்பாலும் பத்திரமாக வைப்பதுதான் உடனே நினைவுக்கு வராது.

எந்த இடத்தில் வைத்தோமோ அதைத் தவிர எல்லா இடங்களிலும் தேடிவிட்டோம். கிடைக்கவில்லை. இப்போது நகை காணாமல் போய் விட்டது என்ற எண்ணம் நம் மனதில் வந்து விடுகிறது. உள்ளே ஒரு tension கூடுகிறது. லேசாக வியர்த்தது இப்போது அதிகம் வியர்க்க ஆரம்பித்துவிடுகிறது. கைகளில் ஒருவித நடுக்கம். மனதில் ஒருவித பயம் (கணவருக்கு தெரிந்தால் திட்டுவாரோ அல்லது மனைவிக்கு தெரிந்தால் அடித்து விடுவாரோ?? என்று) . இந்த எண்ணமும் நடுக்கமும் நமது நரம்பு மண்டலத்தை நேரடியாக பாதிக்கிறது. Stress நம்மையும் மீறி நமது உடம்பில் ஏறிக் கொள்கிறது.

திடீரென்று நாம் நகையை எந்த இடத்தில் வைத்தோம் என்று தெரிந்து விடுகிறது. அப்பாடா என்று நகையை எடுத்துப் போட்டுக் கொள்கிறோம்.

நன்றாக நினைவில் வையுங்கள். நமது நகையை நாம் எங்கே வைத்தோமோ அங்கேயேதான் அது இருந்தது. ஆனால் காணாமல் போய் விட்டது என்ற எண்ணம் மட்டுமே நமது நரம்பு மண்டலத்தினை பாதித்து நமது உடலையும் மனதையும் பாதித்தது.

இப்படி ஒரு சின்ன எண்ணமே நம்மை இப்படி பாதிக்கும்போது நம் வாழ்வில் வரும் அலை அலையான எண்ணங்கள் நம் நரம்பு மண்டலத்தினை எப்படி பாதிக்கும் என்பதை உங்கள் சிந்தனைக்கே விட்டு விடுகிறேன்.

கண்ணதாசனின் பாடல் ஒன்று உண்டு. "நினைப்பதெல்லாம் நடந்து விட்டால் தெய்வம் ஏதுமில்லை. நடந்ததையே நினைத்திருந்தால் அமைதி என்றுமில்லை" என்று. அதாவது நமக்கு ஏற்பட்ட துக்கத்தை விட அந்த நினைவுதான் நம்மை அதிகம் பாதிக்கும்.

"தீயினால் சுட்டபுண் உள்ளாறும், ஆறாதே நாவினால் சுட்ட வடு" என்ற திருக்குறள் நமக்கெல்லாம் தெரிந்திருக்கும். அதாவது மற்றவர்கள் நம்மீது எய்த கடுஞ்சொற்கள் எப்போதும்

நம் மனதில் நீங்காத வடுவாக இருப்பதற்குக் காரணம் நாம் அதை மீண்டும் மீண்டும் நினைத்துப் பார்ப்பதுதான்.

பைபிளில் ஒரு வாக்கியம் உண்டு "மந்தையில் ஒரு ஆடு காணாமல் போய்விட்டால், அந்த ஆடு மேய்ப்பவன் மந்தையில் உள்ள மற்ற ஆடுகளையெல்லாம் விட்டு விட்டு அந்த ஒற்றை ஆட்டைத் தேடிச் சென்றுவிடுவான்". நாமும் அந்த ஆட்டு இடையனைப்போலத்தான், நம் வாழ்வில் நடந்த சில துக்ககரமான நிகழ்ச்சிகளை அல்லது ஏமாற்றங்களை நினைத்து நினைத்து பல நல்ல விஷயங்களை இழந்து விடுகிறோம்.

Stress - மன இறுக்கம் (அ) மன அழுத்தம் என்றால் என்ன?

Stress என்ற ஒற்றை வார்த்தையால் அழைக்கப்படும் "மன அழுத்தம்" இன்றைய நமது வாழ்வில் பெரும் தாக்கத்தினை ஏற்படுத்தி வருகிறது. நமது வாழ்வில் நமக்கு ஏற்படும் பலவிதமான நோய்களுக்கு இந்த மன அழுத்தம்தான் காரணமாக அமைகிறது என்று மருத்துவ ஆய்வுகள் தெரிவிக்கின்றன.

மன அழுத்தம் என்பது என்ன? மனதைப் பாதிக்கும் கட்டுக்கடங்காத எண்ணங்கள் நம் மனதை ஆக்கிரமிப்பதையே மன அழுத்தம் என்கிறோம். நமது உடல் நலனும் மன நலனும் பாதிக்கப் படாமல் இருப்பதற்கு நமது நரம்பு மண்டலம் (nervous system) மிக முக்கிய காரணமாக அமைகிறது. தேவைக்கதிகமான மற்றும் தேவையற்ற மனதை வதைக்கும் எண்ணங்கள் நமது மனதை ஆக்கிரமிப்பு செய்யும்போது அது நமது நரம்பு மண்டலத்தை வெகுவாகப் பாதிக்கிறது. அது கொஞ்சம் கொஞ்சமாகவோ அல்லது முழுமையாகவோ நமது உடல் மற்றும் மன நலனைக் கெடுக்கிறது.

ஆழ்நிலைத் தியானம் நமது மனதைப் பாதிக்கும் கட்டுக்கடங்காத இந்த எண்ணங்களை கட்டுப்படுத்த உதவி செய்வதால் இயற்கையாகவே மன அழுத்தம் வெளியேறி, அந்த பாரம் குறைந்து நமது நரம்பு மண்டலம் ஆரோக்கியமாக செயல்படவும் அதன்மூலம் நமது உடல் மன நலன்கள் காக்கப்படவும் காரணமாக அமைகிறது.

இந்த மன அழுத்ததில் இருந்து தப்பிக்கும் தற்காலிக தீர்வுகளாக மனிதன் தேடிக்கொள்ளும் மது, போதை, புகை பழக்கங்கள் மனிதனின் வாழ்வையே அழித்து விடுகிறது. அதனால் இந்த ஆழ்நிலைத் தியானமானது தனி மனித வாழ்வுக்கு மட்டுமல்லாமல் சமுதாய நோக்கிலும் இன்றைய இளைய தலைமுறையினரைக் காப்பதற்குமான சிறந்த அருமருந்து என்று சொன்னால் அது மிகையல்ல.

> "Talk To Yourself Once In A Day... Otherwise You May Miss Meeting An Excellent Person in this World"

ஆழ்நிலைத் தியானம் எப்படி வேலை செய்கிறது?

நம்முடைய எண்ணங்களை நாம் நின்று ஒரு சாட்சியாக இருந்து பார்க்க முடியாமல் அல்லது விரும்பாமல் நாம் ஓடிக்கொண்டே இருக்கிறோம். இதைத்தான் நம் மகரிஷி அவர்களும் வலியுறுத்துகிறார். தினமும் கொஞ்ச நேரம் அமைதியாக உட்கார்ந்து உன்னுடைய எண்ணங்களை நீயே கவனி. அப்போது உன்னுடைய எண்ணங்கள் குறைய ஆரம்பிக்கும். தேவையற்ற எண்ணங்கள் உன்னை விட்டு விலக ஆரம்பிக்கும்.

சுவாமி விவேகானந்தரும் அதைத்தான் குறிப்பிடுகிறார். "தினமும் உங்களுக்காக கொஞ்சம் நேரம் ஒதுக்கி உங்களுடன் நீங்கள் உங்களைச் சந்தித்து (meet within yourself) உறவாடுங்கள். இல்லாவிட்டால் உங்கள் வாழ்க்கையில் ஒரு மிக முக்கியமான நபரை சந்திக்கும் வாய்ப்பை நீங்கள் இழந்து விடுவீர்கள்".

ஆழ்நிலை தியானப் பயிற்சியின் முதல் வெற்றியே இப்படி கட்டுக்கடங்காமல் இருக்கும் எண்ணக் குவியலை குறைக்கும் முயற்சிதான். இதில் வெற்றியடைந்தாலே நமது மனதில் ஒருவித அமைதி நிலை, மனத்தெளிவு உருவாவதை நாம் கண்கூடாகக் காணலாம். இப்படி எண்ணங்கள் குறைய ஆரம்பித்தாலே நம்முடைய stress குறைய ஆரம்பிக்கும். நமது உடல் நலன் மற்றும் மனநலன் அதிகரிக்கும்.

எண்ணங்களை அடக்க ஒரு எண்ணம் – அதுதான் மந்திரம்

சரி எப்படி இந்த ஆழ்நிலை தியானத்தின் மூலம் நம்முடைய எண்ணங்கள் குறைய ஆரம்பிக்கும். "கும்கி"

ந. ஆ. ஸ்ரீனிவாசன்

படம் பார்த்திருப்பீர்கள். கும்கி என்பது ஒரு யானை. அதாவது மனிதனால் பழக்கப்படுத்தப்பட்ட யானை. அப்படி மனிதனால் பழக்கப்படுத்தப்பட்ட யானையைக்கொண்டு காட்டு யானைகளை அடக்குவார்கள். அதாவது யானையை அடக்குவதற்கு யானையை பயன்படுத்துதல்போலத்தான் இந்த ஆழ்நிலை தியானமும். எண்ணங்களை அடக்க ஒரு எண்ணம்.

இந்த ஆழ்நிலை தியானத்தைப் பயிற்சி செய்வதற்காக ஒரு எண்ணத்தை நமக்கு நமது குரு அளிப்பார். இந்த எண்ணத்திற்கு மந்திரம் என்று பெயர். ஆழ்நிலை தியானத்தை ஏன் தகுதி வாய்ந்த ஒரு குருவின் மூலமாகத்தான் கற்றுக் கொள்ள வேண்டும் என்பதை பிறகு பார்க்கலாம்.

அந்த எண்ணத்தினை அல்லது மந்திரத்தை தொடர்ந்து எண்ணுவதன் மூலம் படிப்படியாக மற்ற எண்ணங்கள் குறைவதை நம்மால் உணர முடியும். ஏற்கனவே சொன்னது போல் இதுதான் ஆழ்நிலை தியானத்தின் முதல் படி.

நீங்கள் கோவிலிலோ அல்லது வீட்டிலோ யாகம் அல்லது ஹோமம் செய்யும்போது கவனித்து இருப்பீர்கள். யாகத்தில் அக்னி வளர்க்கும்போது, தீ நன்றாக எரிய வேண்டும் என்பதற்காக நெய் ஊற்றி ஒரு குச்சியை வைத்துக் கிளறிக்கொண்டே இருப்பார்கள். தீ நன்றாக கொழுந்து விட்டு எரிய ஆரம்பித்ததும் அந்தக் குச்சியையும் அந்த நெருப்பில் போட்டுவிடுவார்கள்.

ஆழ்நிலை தியானத்தில் பயன்படுத்தும் மந்திரமும் அந்தக் குச்சியைப்போலத்தான். மனம் அடங்கி ஆழ்நிலைக்குச் செல்லச் செல்ல அந்த மந்திரமும் நம் மனதில் இருந்து மறைந்து எண்ணம் இல்லா ஆழ்நிலைக்கு சென்று விடுவோம்.

ஆழ்நிலை தியானத்திற்கு நமது குரு அளிக்கும் மந்திரம் ஒரு ஒலிக் குறியீடுதான். அதற்கு என்ன பொருள் என்றுகூட நமக்குத் தெரியாது. தெரிய வேண்டிய அவசியமும் இல்லை. நீங்கள் கேட்கலாம். ஏன் நமக்கு தெரிந்த ஒரு வார்த்தையையே மந்திரமாகக் கொள்ளக்கூடாது.

ஆழ்நிலை தியானத்தைப் பொருத்தவரையில் மாத்திரையை வாழைப்பழத்தில் வைத்து சாப்பிடுவதைப்போலத்தான். எண்ணங்களைக் கடந்து ஆழ்நிலைக்கு செல்லும் எண்ணத்திற்கு எந்தத் தடையும் இருக்கக்கூடாது.

உதாராணமாக, “அம்மா” நல்ல வாரத்தைதான். இதையே மந்திரமாகக்கொண்டு ஆழ்நிலைத் தியானம் செய்யலாம் என்று வைத்துக் கொள்ளுங்கள். இப்போது கண்ணை மூடி “அம்மா” “அம்மா” என்று நினைக்க ஆரம்பிக்கிறீர்கள். கொஞ்ச நேரத்தில் உங்கள் அம்மா நினைவுக்கு வருவார். அவர் நேற்று செய்து கொடுத்த உப்புமா நினைவுக்கு வரும். உப்புமாவில் உப்பு குறைந்ததற்காக அவருடன் சண்டை போட்டது நினைவுக்கு வரும். அங்கிருந்து எண்ணம் நம் முன்னாள் முதல்வர் “அம்மா”விற்குத் தாவும். பிறகு அம்மாவிலிருந்து சின்னம்மாவிற்கு தாவும். பொதுக்குழுவில் “சின்னம்மா” “பெரியம்மா” ஆவாரா என்று சிந்தனை செல்லும்.

பாருங்கள் நான் சொன்னது ஒரு உதாரணத்திற்குத்தான். இப்படி உங்களுக்கு ஆயிரம் எண்ணங்கள் தோன்றும். ஆழ்நிலைத் தியானத்தின் மூலம் எண்ணங்களை குறைக்கிறேன் என்று சொல்லி இன்னும் ஆயிரம் எண்ணங்களை கூட்டினால், அப்புறம் ஆழ்நிலைக்கு சென்ற மாதிரிதான். அதனால்தான் மகரிஷி அவர்கள் ஒரு ஒலிக்குறியீட்டை மாத்திரம் நமக்கு மந்திரமாகக் கொடுக்கிறார்.

தாயின் கையைப் பிடித்துச் செல்லும் குழந்தை எப்படி பாதுகாப்பாக செல்ல வேண்டிய இடத்திற்குச் செல்லுமோ அப்படி இந்த மந்திரம் நம்மை வெகு சுலபமாக ஆழ்நிலைக்கு அழைத்துச் செல்லும் என்பது திண்ணம்.

சிலர் கேட்கலாம். “மனமது செம்மையானால் மந்திரம் ஜெபிக்கத் தேவையில்லை” என்று திருமூலர் சொல்லியிருக்கிறாரே என்று. உண்மைதான். ஆனால் மனம் செம்மையாக மந்திரம் கண்டிப்பாகத் தேவை. நாம் ஏற்கனவே குறிப்பிட்டதுபோல மனம் செம்மையாகும்போது, அதாவது ஆழ்நிலைக்குச் செல்லும்போது மந்திரம் தானாகவே விலகிவிடும்.

தொடர்ந்து பயிற்சி செய்ய செய்ய இந்த மந்திரமானது நம்மை unbounded awareness அல்லது எல்லையற்ற விழிப்புணர்வு நிலை என்று சொல்கிறோமே அந்த இடத்திற்கு நம்மை அழைத்துச் சென்று தொட்டுக் காட்டும். பிறகு மீண்டும் மேலே வந்து விடுவோம். அந்த இடத்திற்கு சென்று வந்தாலே நமக்கு ஒரு ஆழமான அமைதியும் ஆனந்தமும் ஏற்படுவதை உணர முடியும்.

தொட்டுக் காட்டும் என்று சொன்னதற்கு அர்த்தம் உள்ளது. ஏனென்றால் அந்த ஆழ்நிலையிலேயே இருக்க முடிந்தால்

நாமெல்லாம் மகான்களாகி விடுவோம். அது அவ்வளவு சுலபமான காரியமும் அல்ல.

இராமகிருஷ்ண பரமஹம்சர் தியானத்தில் அமர்வதற்கு முன் ஜிலேபி வேண்டும் என்று நினைத்துக் கொள்வாராம். அதாவது ஆழ்நிலைக்கு சென்று அங்கேயே இருப்பதை "சமாதி நிலை" என்று சொல்வார்கள் (நமக்கெல்லாம் அந்த நிலை வாழ்க்கையின் இறுதியில்தான் வரும்). மகான்களுக்கு அந்த நிலை எப்போது வேண்டுமானாலும் வரும். மீண்டும் அவர்கள் இயல்பு நிலைக்கும் திரும்புவார்கள்.

அந்த சமாதி நிலையில் எந்த எண்ணங்களும் தோன்றாது. நாம் மேலே குறிப்பிட்டதுபோல எல்லையில்லா ஆனந்தநிலை. மனதில் ஆசையில்லாதவர்களால் மட்டுமே அந்த இடத்தில் நீண்ட நேரம் இருக்க முடியும். கொஞ்சம் ஆசை இருந்தாலும் அங்கே இருக்க முடியாது.

இராமகிருஷ்ணர் மனதில் எந்த ஆசையும் இல்லாதவர். அதே சமயத்தில் அவருக்கு இந்த மண்ணில் ஆற்ற வேண்டிய கடமைகள் நிறைய இருந்தன. அதனால் அந்த சமாதி நிலையில் இருந்து மேலே வருவதற்காக அவராகவே ஒரு ஆசையை உருவாக்கிகொண்டு, அதாவது "ஜிலேபி வேண்டும்" என்ற ஆசையை உருவாக்கிகொண்டு தியானத்தில் அமர்வார். அப்படி இரண்டு அல்லது மூன்று தினங்கள்கூட சமாதி நிலையில் இருந்து விட்டு திடீரென்று "ஜிலேபி, ஜிலேபி" என்று சொல்லிக்கொண்டு கண் விழிப்பாராம். அதாவது அந்த ஆசை அவர் மனதில் இல்லா விட்டால் அவரால் அந்த சமாதி நிலையில் இருந்து மீண்டு வரவே முடியாது. ஜிலேபி சாப்பிட வேண்டும் என்ற ஒற்றை ஆசையே அவரை மீண்டும் ஆழ்நிலையில் இருந்து மேலேகொண்டு வந்து விடுகிறது.

இப்போது சொல்லுங்கள். ஆயிரக்கணக்கான "ஜிலேபிக்களை" (ஆசைகளை) மனதில் வைத்துள்ள நம்மால் அந்த ஆழ்நிலையில் எவ்வளவு நேரம் இருந்து விட முடியும்?

●

மந்திரத்தின் பொருள் முக்கியமா?

இப்போது உங்களுக்கு இன்னுமொரு சந்தேகம் தோன்றலாம். பொருள் தெரியாத மந்திரத்தினால் நமக்கு ஏதாவது பலன் உண்டா? கண்டிப்பாக பலன் உண்டு. சொல்லும் நமக்கு பொருள் தெரியாவிட்டாலும் கேட்பவருக்குத் தெரிந்தால்போதுமல்லவா.

உதாரணமாக நமக்கு ஆங்கிலம் தெரியாது என்று வைத்துக் கொள்ளுங்கள். இப்போது ஒரு வெளிநாட்டவரிடம் நாம் ஒன்றைச் சொல்ல வேண்டும். அதாவது அவரை இங்கே வாருங்கள் என்று அழைக்க வேண்டும். நம்முடைய நண்பர் நம்மிடம் சொல்கிறார். "Please come here" என்று சொல்லுங்கள். அவர் இங்கே வருவார்". "Please come here" என்பதற்கு என்ன பொருள் என்று நமக்குத் தெரியாது. ஆனால் அந்த வெளிநாட்டவருக்குத் தெரியும். நாம் பொருள் தெரியாமல் "please come here" என்று சொன்னாலும் அவர் நம் அருகில் வந்து "yes, what do you want?" (உங்களுக்கு என்ன வேண்டும்) என்று கேட்பார்.

நாம் ஏற்கனவே குறிப்பிட்டது போல் இந்தப் பிரபஞ்ச அறிவிற்கு மொழி, நாடு என்ற எந்த வித்தியாசமும் கிடையாது. நாம் எந்த மொழியில் நம்முடைய எண்ணத்தை விதைத்தாலும் அந்தப் பிரபஞ்ச அறிவு அதைப் புரிந்துகொண்டு நமக்கு தேவையானதை அளிக்கும்.

ஒருமுறை இரமண மகரிஷியிடம் வெளிநாட்டு பக்தர் ஒருவர் சில சந்தேகங்களை தெளிவுபடுத்திக் கொள்வதற்காக வந்தார். இரமண மகரிஷியின் முன் அமர்ந்து தியானத்தில் ஈடுபட்டார். தியானம் முடிந்தவுடன் ஆசிரம உதவியாளர் அந்த பக்தரிடம் "நீங்கள் ஏதோ சந்தேகங்களை தெளிவுபடுத்திக் கொள்ள வேண்டும் என்று சொன்னீர்களே. உங்கள் சந்தேகத்தை பகவானிடம் கூறுங்கள்" என்று சொன்னார். அதற்கு அந்தப்

பக்தர் என்னுடைய எல்லா சந்தேகங்களுக்கும் விடை கிடைத்துவிட்டது என்று சொன்னார்.

இரமண மகரிஷி பள்ளிப் படிப்பைக்கூட முடிக்காதவர். அவரால், தமிழே தெரியாத ஆங்கிலம் மட்டுமே தெரிந்த பக்தர் ஒருவரின் சந்தேகங்களை வார்த்தைகளின் உதவிகூட இல்லாமல் தெளிவுபடுத்த முடிந்தது என்றால் அதற்கு ஒரே காரணம் அவர் அந்த பிரபஞ்ச அறிவுடன் எப்போதும் தொடர்பில் இருந்ததுதான். அந்த எல்லையற்ற விழிப்புணர்வு நிலையில் எல்லாம் ஒன்றே.

இது ஒருவகை அறிவியல். இதற்கும் கடவுள் நம்பிக்கை இருப்பதற்கும் இல்லாமல் இருப்பதற்கும் எந்த சம்பந்தமுமில்லை. எனக்கு மின்சாரத்தின் மீது நம்பிக்கை கிடையாது என்று சொல்லி மின்கம்பியை தொட்டாலும் "ஷாக்" அடிக்கும்.

இல்லறம் என்ற நல்லறம்

மனிதர்களின் வாழ்க்கையைப் பொதுவாக இல்லறம், துறவறம் என்ற இரு பிரிவுகளில் பிரிப்பார்கள் (இது இரண்டும் இல்லாத வேறு ஏதாவது நல்லறம் இருந்தாலும் பரவாயில்லை). எல்லோராலும் துறவறம் மேற்கொள்வது என்பது இயலாத காரியம் மட்டுமல்ல. தேவையில்லாத காரியமும்கூட. ஏனென்றால் உள்ளுக்குள் முழுவதும் கனிந்தவர்களால்தான் முழுமையான துறவறம் மேற்கொள்ள முடியும். அத்தகையவர்கள்தான் ஆதி சங்கரர், இரமண மகரிஷி, காஞ்சி மகா பெரியவர், மகரிஷி மகேஷ் யோகி, அவரது குரு சுவாமி பிரம்மானந்த சரஸ்வதி, இப்படி பலர்.

அதனால் நாம் துறவறம் பக்கம் போக வேண்டாம். நாம் இருக்கும் இல்லறத்திலேயே நம்மால் நல்லறமாய் வாழ்வதற்கு இந்த ஆழ்நிலை தியானம் நமக்கு எப்படி பெரிதும் பயன்படும் என்று பாரக்கலாம்.

மகாகவி பாரதி கடவுளிடம் பிரார்த்திக்கிறார்.

"எண்ணிய முடிதல் வேண்டும். நல்லவே எண்ணல் வேண்டும். திண்ணிய நெஞ்சம் வேண்டும். தெளிந்த நல்லறிவு வேண்டும். பண்ணிய பாவமெல்லாம் பரிதி முன் பனியேபோல நண்ணிய நின் முன் இங்கு நசித்திடல் வேண்டும் அன்னாய்".

இதைக் கொஞ்சம் தெளிவாகப் பார்ப்போம். நாம் நினைப்பது நடக்க வேண்டும். அப்படி நினைப்பது நல்லதாகவும் இருக்க வேண்டும். நமக்கு உறுதியான மனம் வேண்டும். எது நல்லது கெட்டது என்று முடிவு செய்யும் நல்ல அறிவும் வேண்டும். யோசித்துப் பார்த்தால் இவையெல்லாம் நம்மிடம் இருக்கு ஆனா இல்லை என்பதுதான் உண்மை. அதாவது நாம் பொதுவாக அரைகுறை மனிதர்களாக இருக்கிறோம். இந்த

அரைகுறையிலிருந்து நம்மை மீட்டு முழுமையாக்கும் ஒரு அற்புதமான மருந்துதான் இந்த ஆழ்நிலைத் தியானம். ஆனால் நோய் குணமாவது (எண்ணங்கள் குறைவது) நாம் எப்படி ஒழுங்காக மருந்தை (மந்திரத்தை) எடுத்துக் கொள்கிறோம் என்பதில்தான் இருக்கிறது.

நாம் ஆழ்நிலை தியானப் பயிற்சியை ஒழுங்காக செய்தால் நம்மால் பாரதி கேட்கும் அனைத்தையும் சுலபமாக பெற முடியும் என்பது சத்தியமான உண்மை (அது என்ன சத்தியமான உண்மை என்று கேட்காதீர்கள் — அது ஒரு நடு சென்டர்போல).

நாம் இப்போதெல்லாம் கேள்வி கேட்காமல் எதையும் ஏற்றுக் கொள்வதில்லை. அறிவியல்பூர்வமாக நிரூபிக்க முடியாத விஷயங்களை நம்மால் ஏற்றுக் கொள்ள முடிவதில்லை. ஆனால் சித்தர்கள் சொன்ன பல விஷயங்களை இன்று படிப்படியாக அறிவியல் ஏற்றுக்கொண்டு வருகிறது. உதாரணத்திற்கு, மகா பாரதப் போரை சஞ்சயன் தனது ஞான திருஷ்டியினால் தூரத்தில் இருந்தே கண்டு மற்றவர்களுக்கு சொன்னான் என்பதை நம்மால் ஏற்றுக் கொள்ள முடியவில்லை. ஆனால் இப்போது உலகமெங்கும் நடக்கும் நிகழ்ச்சிகளை "live relay" ஆக பார்க்கும்போது அதுதான் அறிவியல் என்று சுலபமாக ஏற்றுக் கொள்கிறோம். சுமார் 50 ஆண்டுகளுக்கு முன்புகூட யாராவது அலைபேசியை பற்றிச் சொல்லியிருந்தால் அதை யாரும் நம்பியிருக்க மாட்டார்கள்.

அதனால் நமது சிற்றறிவை வைத்துக்கொண்டு ஆன்மீகத்தை அளவிடக்கூடாது. உண்மையான தங்க நகை இருந்தால்கூடவே கவரிங் நகைகளும் இருப்பதுபோல உண்மையான மகான்கள் இருக்கும் உலகில் சில போலிகளும் இருப்பதாலேயே, உண்மையை சந்தேகிக்கக்கூடாது.

ஆழ்நிலை தியானம் தொடர்ந்து செய்தால் இல்லறத்தில் அமைதியும் ஆனந்தமும் அதிகரிக்குமா?

ஒருமுறை மகரிஷியிடம் ஒரு அன்பர் கேட்டார் "மகரிஷி நாம் ஆசைகளை கடந்தால்தான் அல்லது துறந்தால்தான் ஆத்மானந்தத்தை அடைய முடியும் என்று சொல்கிறார்களே. அப்படியென்றால் இல்லறத்தில் ஈடுபடும் எங்களைப்

போன்றவர்கள் எப்படி அப்படிப்பட்ட ஆனந்தத்தை அடைவது? ஏனென்றால் இல்லற வாழ்க்கையில் பற்றற்று இருப்பது இயலாத காரியம் அல்லவா?"

இதற்கு மகரிஷி சொன்ன பதில் மிக அற்புதம். அவர் சொல்கிறார்:

"உங்களுக்கு 7 குழந்தைகள் இருப்பதாக வைத்துக் கொள்வோம். அவர்கள் கணவன் (அல்லது மனைவி), குழந்தைகள், நண்பர்கள்கள், உறவினர்கள். பணம், பெயர், புகழ். இப்போது எட்டாவதாக இன்னொரு குழந்தை வருகிறது. அதுதான் கடவுள்.

இப்போது உங்கள் எட்டுக் குழந்தைகளில் ஒரு குழந்தை சற்று அதிக புத்திசாலியாக இருக்கிறது என்று வைத்துக்கொள்வோம். இப்போது இயற்கையாகவே உங்களுக்கு அந்தக் குழந்தைமேல் சற்று அதிக ஈடுபாடும் அன்பும் இருக்குமல்லவா? அதற்காக மற்ற குழந்தைகள் மேல் அன்பு இல்லை என்று சொல்லிவிட முடியுமா? ஒருவர் மீது அன்பு காட்டுவதால் மற்றவர் மீது வெறுப்பு வரவேண்டிய அவசியம் இல்லை.

அதைப்போல நாம் கடவுளிடம் செலுத்தும் அன்பு உண்மையாக இருந்தால் நமக்கு இல்லற வாழ்க்கையில் எல்லோர் மீதும் அன்பு அதிகமாகுமே தவிர கொஞ்சம்கூட குறையாது.

மகரிஷி மேலும் சொல்கிறார் — "நீங்கள் ஒரு மிகப்பெரும் செல்வந்தர் என்று வைத்துக் கொள்ளுங்கள். அதற்காக உங்கள் செல்வம் அனைத்தையும் நீங்கள் தலையில் சுமந்து செல்லப் போவதில்லை. அது பணமாகவோ அல்லது நகையாகவோ அல்லது வேறு வகையிலோதான் இருக்கப் போகிறது. ஆனால் அந்த செல்வம் குறித்த எண்ணம்தான் உங்களுக்குள் இருந்து உங்கள் "ego" வை வளர்க்கிறது. ஆழ்நிலை தியானம் அத்தகைய "ego" வை குறைப்பதால் உங்கள் செல்வத்தை அனுபவிக்கும் அதே நேரத்தில் அந்த செல்வத்தின் மீதான அளவுக்கு அதிகமான பற்றையும் குறைக்கும்.

மகரிஷி அவர்கள் Transcendental Meditation எனப்படும் ஆழ்நிலை தியானத்தை நமக்கு அறிமுகப்படுத்துவதின் முக்கிய நோக்கமே, பொருளாதாரத் தேவைகளை நோக்கி

ஓடிக்கொண்டிருக்கும் இந்த அவசர காலத்திலும் நாம் தினமும் சில மணித் துளிகளாவது நமக்கு வசதியான நேரத்தில் எந்த வித உணவு, உடை, கடவுள் நம்பிக்கை அல்லது இன்னும் பிற கட்டுப்பாடுகளும் இன்றி பயிற்சி செய்வதின் மூலம் நாம் வாழ்க்கையை இன்னும் ஆனந்தமாக வாழ வேண்டும் என்பதால்தான்.

மாறும் உலகின் மாறாத சக்தி

மகரிஷி அவர்கள் ஒரு அறிவியல் மாணவர். அதனால் அவர் தன்னுடைய ஆழ்நிலை தியானம் குறித்த எல்லா விஷயங்களையும் அறிவியல் ரீதியாகவே நிரூபித்துக் காட்டியுள்ளார்.

உதாரணமாக இந்த உலகில் மாறும் பல விஷயங்களுக்கு மாறாத ஒன்று அடிப்படையாக உள்ளது என்பதற்கு அவர் கூறும் விளக்கம் மிகவும் எளிமையானது. Hydrogen என்பது ஒரு gas. அதைப்போலவே Oxygen என்பதும் ஒரு gas அதாவது காற்று. இவையிரண்டும் சேர்ந்தால் அது தண்ணீராக மாறிவிடுகிறது. இப்போது இந்த தண்ணீர் உறையும்போது அது பனிக்கட்டியாகிவிடுகிறது. அதாவது காற்று, தண்ணீர் என்ற திரவமாகி பிறகு பனிக்கட்டி என்று திடப் பொருளாகிவிடுகிறது. இந்த மூன்று நிலையிலும் மாறாமல் இருப்பது Hydrogen மற்றும் Oxygen.

அதைப்போல இந்த உலகத்தில் மாறாத ஒன்று இருந்து எல்லாவற்றையும் மாற்றிக்கொண்டே இருக்கிறது. அதைத்தான் நாம் பிரபஞ்ச அறிவு என்றும், சுலபமாக "கடவுள்" என்றும் சொல்கிறோம்.

அதாவது நாம் மேல் மனதிலிருந்து (conscious mind) ஆழ்நிலைக்கு (transcendental state) செல்லும்போது அந்த ஆழ்நிலையில் இந்த பிரபஞ்ச அறிவோடு நாம் ஒன்றிவிடுகிறோம். மாறாத ஒன்று அந்த பிரபஞ்ச அறிவுதான். அந்தப் பிரபஞ்ச அறிவைத்தான் நாம் கடவுள் என்று சொல்கிறோம். ஏசு என்பதும் வாசு என்பதும், மாரியம்மா என்பதும் மேரியம்மா என்பதும் – just for our convenience.

நான் மேலே சொன்னதுபோல, ஆழ்நிலை தியானதிற்கான மந்திரத்தை தகுதி வாய்ந்த ஒரு குருவின் மூலமாகத்தான்

கற்றுக் கொள்ள வேண்டும். ஏனென்றால் ஒவ்வொரு மந்திரமும் மிகவும் சக்தி வாய்ந்தது. மருத்துவர் நமக்கு ஒரு மருந்து கொடுப்பதற்கு முன் நம்முடைய பழைய மருத்துவ அறிக்கையை பார்ப்பது மட்டுமல்லாமல் நமக்கு எந்த ஒரு குறிப்பிட்ட மருந்தால் ஒவ்வாமை (allergy) இருக்கிறதா? என்று கேட்பார். ஏனென்றால் அதற்குத் தகுந்தாற்போல அவர் மருந்து கொடுப்பார். அதைப்போலத்தான் இதுவும். நாம் பயிற்சி செய்யும் மந்திரம் நமக்கு எந்த எதிர்விளைவுகளையும் ஏற்படுத்திவிடக்கூடாது.

உதாரணத்திற்கு, "ஓம்" என்ற மந்திரத்தை எடுத்துக் கொள்ளுங்கள். "ஓம்" என்ற மந்திரம் மிகவும் வலிமையான மந்திரம் என்பது நமக்குத் தெரியும். ஆனால் மகரிஷி சொல்கிறார். ஓம் என்ற மந்திரம் இல்லற வாழ்க்கையில் ஈடுபடுபவர்களுக்கு சரியானது அல்ல என்று. இந்த மந்திரம் துறவறம் மேற்கொள்ளப்படுபவர்களுக்கு மிகவும் தேவையான மந்திரம்.

துறவறத்தில் ஈடுபடுபவர்களுக்கு ஆசை தோன்றக்கூடாது. ஆனால் இல்லறத்தில் ஈடுபடுபவர்களுக்கு நியாயமான ஆசைகள் வாழ்க்கையில் இருக்க வேண்டும். ஆசையில்லாமல் நம்மால் வீடு வாங்க முடியாது, கார் வாங்க முடியாது, ஏன் கணவன் அல்லது மனைவியிடம் கொஞ்சக்கூட முடியாது. இதெல்லாம் நியாமான ஆசைகள்தான். இத்தகைய ஆசைகள்தான் நம்மை வாழ்க்கையில் அடுத்த கட்டத்திற்குகொண்டு செல்லும்.

இப்போது நீங்கள் "ஓம்" என்ற மந்திரத்தை தொடர்ந்து சொல்லி வருகிறீர்கள் என்று வைத்துக் கொள்ளுங்கள். உங்கள் மனதில் இருந்து ஆசைகள் கொஞ்சம் கொஞ்சமாக விலக ஆரம்பிக்கும். காசு, பணம், துட்டு, மணி எல்லாம் சுத்த waste என்று பேச ஆரம்பிப்பீர்கள். நன்றாக சம்பாதித்து விட்டு அறுபது வயதில் இப்படி பேசினால் எல்லோரும் ஒத்துக் கொள்வார்கள். கல்யாணம் ஆகி குழந்தைகள் பெற்றுக்கொண்டு முப்பது வயதிலேயே பேசினால் எப்படி இருக்கும். சம்பாதிக்க துப்பு இல்லை. வாய் மட்டும் வக்கனை என்ற இழிசொல்தான் கேட்க வேண்டியிருக்கும்.

குழந்தைகளை பள்ளியில் சேர்ப்பதிலிருந்து கல்யாணம் வரை ஏகப்பட்ட செலவுகள். காசு சம்பாதிக்காமல் கோவில் குளம்

என்று மட்டும் சுற்றிக்கொண்டிருந்தால் குடும்ப வாழ்க்கை எப்படி நிம்மதியாக இருக்கும்.

அதே சமயத்தில், துறவறத்தில் ஈடுபடுபவர்கள் இந்த “ஓம்” மந்திரத்தை தொடர்ந்து சொன்னால் அவருக்கு ஆசைகள் விலகி அவருடைய துறவறத்திற்கு அது மிகவும் பயன்படும். ஆனால் அதே மந்திரம் இல்லறத்தில் ஈடுபடுபவர்களுக்கு பொருளாதார சிக்கலை உண்டாக்குவது மட்டுமல்லாமல் குடும்பத்தில் வேறுசில பிரச்சனைகளையும் உண்டாக்கிவிடும்.

எல்லா மந்திரங்களும் நல்ல மந்திரங்கள்தான். ஆனால் வாழ்க்கையில் நாம் எந்த நிலையில் இருக்கிறோமோ அதற்கு ஏற்றபடிதான் மந்திரத்தைப் பயன்படுத்த வேண்டும். பத்து வயது பையன் சாப்பிடும் உணவை பத்து மாதக் குழந்தைக்கு எப்படி கொடுக்க முடியாதோ அதுபோலத்தான் மந்திரங்களும்.

அதனால்தான் ஒரு தகுதி வாய்ந்த குருவால் ஒவ்வொருவருக்கு தகுந்தபடி மந்திரங்கள் கொடுக்கப் பட வேண்டும் என்று சொல்கிறார் மகரிஷி.

●

ஆழ்நிலைத் தியானத்தால் கோபம் குறையும், வெறுப்பு மறையும்.

ஆழ்நிலை தியானம் குறித்து நம்மிடம் பல்வேறு தவறான அபிப்பிராயங்கள் இருக்கின்றன. ஒருமுறை என்னுடைய நண்பர் ஒருவர் கேட்டார். தொடர்ந்து ஆழ்நிலை தியானம் செய்தால் நமக்கு கோபமே வராதா?

கண்டிப்பாக வராது என்று சொன்னால் அது வடிகட்டிய பொய். கோபம் வராமல் இருப்பதற்கு நாம் ஒன்றும் மகான்கள் இல்லை. In fact மகான்களுக்கே சில சமயங்களில் கோபம் வரும் ஆனால் அவர்கள் நம்மைப்போல அதை வெளிப்படுத்த மாட்டார்கள். அதனால் நமக்கும் கண்டிப்பாக கோபம் வரும். ஆனால் கண்மூடித்தனமான நம்மை அழிக்கும் கோபமாக அது இருக்காது. அந்த நேரத்தில் கோபம் வந்து பிறகு தணிந்து விடும். அந்த கோபம் சம்பந்தபட்ட நபர் மீது வெறுப்பு உணர்ச்சியாக மாறாது.

தொடர்ந்து ஒழுங்காக ஆழ்நிலை தியானம் பயிற்சி செய்பவர்களுக்கு மனதில் வெறுப்பு உணர்ச்சி என்பது இருக்காது. அப்படி உங்களுக்கு யார் மீதாவது வெறுப்பு உணர்ச்சி குறையாமல் இருந்துகொண்டே இருந்தால், தியானத்தில் இன்னும் நீங்கள் செல்ல வேண்டிய தூரம் நிறைய இருக்கிறது என்று பொருள். ஏனென்றால் வெறுப்பு உணர்ச்சி என்பதும் ஒரு எதிர்மறை எண்ணம் (negative thought).

நாம் ஒழுங்காக தொடர்ந்து தியானம் செய்யத் தொடங்கினால் கொஞ்சம் கொஞ்சமாக நம் மனதில் இருந்து எல்லா விதமான எதிர்மறை எண்ணங்களும் விலக ஆரம்பித்துவிடும்.

ஆழ்நிலைத் தியானத்தால் நன்கு தூக்கம் வரும்

ஆழ்நிலைத் தியானம் ஒழுங்காக செய்ய ஆரம்பித்தால் அதன் முதல் பலன் நமக்கு நன்றாகத் தூக்கம் வரும். எனக்கு இந்த

இடத்தில் படுத்தால்தான் தூக்கம் வரும். AC இருந்தால்தான் தூக்கம் வரும். தலைக்கு மட்டுமல்லாமல் காலுக்கும் தலையணை இருந்தால்தான் தூக்கம் வரும் என்று எந்த கண்டிஷனும் இன்றி எந்த நிலையிலும் நமக்கு தூக்கம் வரும். நம்மால் தினமும் ஒழுங்காக தூங்க முடிந்தாலே நம்முடைய மனநலனும் உடல் நலனும் மிகவும் நன்றாக இருக்கும். உங்களுக்குத் தெரிந்து இருக்கலாம். மனநலன் பாதிக்கப் பட்டவர்களுக்கு மருத்துவர் அளிக்கும் முக்கியமான மருந்து தூக்கம் வருவதற்கான மாத்திரைகள்தான்.

ஆழ்நிலைத் தியானம் செய்யாமலேயே நன்றாக தூங்கும் பேர்வழியா நீங்கள். அப்படியென்றால் உங்கள் அதிகப்படியான தூக்கம் குறைய ஆரம்பிக்கும். தேவையான அளவு மட்டுமே தூங்கி சுறுசுறுப்பாக இருப்பீர்கள்.

தொடர்ந்த பயிற்சி அவசியம்

சிலபேர் கேட்கலாம். தினமும் தவறாது தியானம் செய்வது அவசியமா என்று. ஒரு நாள் விட்டு ஒரு நாள் செய்தால்போதுமா. ஒரு நாள் விட்டு ஒரு நாள் குளிப்பதை நீங்கள் எப்படி எடுத்துக் கொள்கிறீர்களோ அப்படித்தான் இதுவும்.

தினமும் குளிக்கிறோம். தினமும் அழுக்காகிவிடுகிறோம். Anyway அழுக்காகி விடுகிறோம். எதற்கு குளிக்க வேண்டும் என்று நினைக்கிறோமா? தினமும் குளித்துக்கொண்டுதானே இருக்கிறோம்.

அதைப்போலத்தான் மனமும். தினசரி வாழ்க்கையில் நம் மனதிலும் ஏதாவது அழுக்கு சேர்ந்துகொண்டுதான் இருக்கிறது. அதை நீக்க வேண்டுமானால் கண்டிப்பாக தினமும் தியானம் செய்ய வேண்டும்.

மகரிஷி சொல்கிறார். எப்படி வேருக்கு வார்க்கப்படும் நீர் மரம் முழுமைக்கும் சென்று முழு மரத்தையும் பசுமையாக வைத்திருக்கிறதோ அப்படித்தான் இந்த ஆழ்நிலை தியானமும். ஒவ்வொரு நாளும் சில மணித்துளிகள் செய்யப்படும் ஆழ்நிலை தியானமானது நம் உடலையும் மனதையும் நாள் முழுவதும் புத்துணர்ச்சியுடன் வைக்கிறது. எப்படி தொடர்ந்து நீர் ஊற்றுவது முக்கியமோ அப்படித்தான் தொடர்ந்த தியானம் செய்வதும். இல்லையென்றால் மரம் வாடிவிடுவதைப்போல நம்முடைய புத்துணர்ச்சியும் மறைந்து விடும்.

ஆழ்நிலைத் செய்வதற்கு என்று ஏதாவது குறிப்பிட்ட கட்டுப்பாடுகள் உள்ளதா?

ஆழ்நிலைத் தியான முறையின் மிகப்பெரிய வசதியே எந்தக் கட்டுப்பாடுகளும் இல்லாதுதான். இந்த தியான முறையைப் பொருத்தவரையில் தினமும் காலை மாலை இரண்டு வேளைகளிலும் ஒரு இருபது நிமிடங்கள் உங்களுக்கு

வசதியான இடத்தில், வசதியான நிலையில் அமர்ந்து நமக்கு அளிக்கப் பட்ட மந்திரத்தினை நினைக்க வேண்டியதுதான்.

காலை மடக்கி கீழே தரையில் உட்காருவது சிரமம் என்றால் வசதியான ஆசனத்தில்கூட அமர்ந்து கொள்ளலாம். என்னால் தொடர்ந்து மந்திரத்தை நினைக்க முடியவில்லை என்பது பற்றிய கவலையெல்லாம் விட்டுவிட்டு (பிறகு அதுவே ஒரு stress ஆகி விடும்) பிற எண்ணங்களின் குறுக்கீடுகள் இருந்தாலும் தொடர்ந்து மந்திரத்தை நினைத்துக்கொண்டிருந்தால் ஒரு கட்டத்தில் மனம் தானாக அடங்குவதைக் காணலாம்.

எங்கள் தியான ஆசிரியர் திரு. பெருமாள் சார் அவர்கள் நகைச்சுவையாக இப்படிக் குறிப்பிடுவார்கள் — "நீங்கள் எங்கே வேண்டுமானாலும் எப்படி வேண்டுமானாலும் ஆழ்நிலைத் தியானம் செய்யுங்கள். ஆனால் தயவுசெய்து நீங்கள் வண்டி ஓட்டிக்கொண்டிருக்கும்போது மட்டும் செய்யாதீர்கள். அப்புறம் ஆழ்நிலைக்குச் செல்வதற்குப் பதில் மேல் நிலைக்குச் சென்று விடுவீர்கள்.

அதைப்போலவே நமது உணவுப் பழக்கம் சார்ந்தோ அல்லது மத நம்பிக்கை சார்ந்தோ எந்தவிதமான கட்டுப்பாடுகளும் இந்த ஆழ்நிலைத் தியானத்தில் இல்லை.

உங்கள் வயதோ, மத நம்பிக்கையோ, கடவுள் நம்பிக்கையோ எதுவும் ஆழ்நிலை தியானம் செய்வதற்கு தடையில்லை.

எங்கு கற்றுக் கொள்ளலாம் இந்த ஆழ்நிலை தியானத்தை?

இந்த ஆழ்நிலை தியானத்தை எங்கு கற்றுக் கொள்ளலாம். சென்னை சேத்துப்பட்டில் டாக்டர் குருசாமி சாலையில் உள்ள மகரிஷி வித்யா மந்திர் பள்ளி வளாகத்தில் மகரிஷி மகேஷ் யோகியின் ஆழ்நிலை தியானப் பயிற்சி, யோகா மற்றும் ஆழ்நிலை தியானத்தின் அடுத்த கட்ட மேல் நிலை பயிற்சியான சித்தி பயிற்சியையும் அளிக்கிறார்கள்.

ஆழ்நிலைத் தியானப் பயிற்சியைப் பொறுத்தவரையில், ஒவ்வொரு சனிக்கிழமையும் மாலை 6 மணியளவில் அறிமுக வகுப்பு நடைபெறும். அந்த வகுப்பில் ஆழ்நிலை தியானம் குறித்த எல்லா விளக்கங்களும் கொடுக்கப் படும். மறுநாள் ஞாயிற்றுக் கிழமை காலை ஒவ்வொருவருக்கும் குறித்த நேரத்தில் இந்த தியானப் பயிற்சியை சொல்லிக் கொடுப்பார்கள்.

இதற்கு மந்திர தீட்சை அல்லது "Initiation" என்று பெயர். பிறகு அதற்கு அடுத்த மூன்று நாட்கள் — அதாவது திங்கள், செவ்வாய் மற்றும் புதன் கிழமைகளில் follow-up class என்ற முறையில் தியானம் செய்ய ஆரம்பித்த பிறகு நமக்கு ஏற்படும் சந்தேகங்களை நிவர்த்தி செய்வார்கள். அவ்வளவுதான்.

ஆழ்நிலைத் தியானமும் ஆனந்தமான வாழ்க்கையும்

நம் தலைக்குமேல் துன்பப் பறவைகள் பறப்பதை நம்மால் தடுக்க முடியாது. ஆனால், அவை தலைமேல் கூடுகட்டுவதை தவிர்க்க முடியும் என்று ஒரு சீனப்பழமொழி உண்டு. நாம் ஆழ்நிலைத் தியானத்தை தொடர்ந்து செய்தால் தேவையற்ற துன்ப எண்ணங்களிலிருந்து விடுபடமுடியும் என்பது திண்ணம்.

மேலும் ஆழ்நிலைத் தியானத்தை தொடர்ந்து செய்தால் எதையும் வெறுக்க மாட்டீர்கள். மாறாக எல்லாவற்றையும் விரும்புவீர்கள். எல்லோராலும் விரும்பப்படுவீர்கள். வாழ்க்கையில் உங்கள் நியாமான ஆசைகள் அனைத்தும் சரியான காலத்தில் நிறைவேறும்.

2016—ம் ஆண்டின் சாகித்திய அகடமி விருது பெற்று எழுத்தாளர் வண்ணதாசன் வார்த்தைகள் நினைவுக்கு வருகிறது. "பசுமையாய் இருக்கும் போதே சில காரியங்களை செய்து விட வேண்டும். வைக்கோல் பழுப்புக்கு வந்த பிறகு செய்வதில் அர்த்தம் இல்லை". பசுமையாய் இருக்கும்போதே நீங்கள் நினைத்த காரியம் நிறைவேற குருவருளும், திருவருளும் உங்களுக்கு துணை இருக்கட்டும்.

மகரிஷியின் "Science of Being and Art of Living" (பிரபஞ்சத்தின் அறிவும் வாழும் கலையும்) என்ற புத்தகத்தில் இருந்து சில பகுதிகள் தமிழில்.

வாழ்க்கை என்றால் என்ன?

Life is the light of God, the expression of divinity *(கடவுளின் ஒளியும் தெய்வீகத்தின் வெளிப்பாடும்தான் வாழ்க்கை).*

ஒரு நீதிபதி இருக்கிறார். அவர் நீதிமன்றத்தில் ஒரு உடை அணிவார். வீட்டில் வேறு உடை அணிவார். வெளியில் ஒரு பொது நிகழ்ச்சிக்குச் சென்றால் அதற்குரிய உடை அணிவார். ஒவ்வொரு இடத்திலும் அவரை ஒவ்வொரு முறையில் அழைப்பார்கள். ஆனால் அவர் ஒருவரே. அதைப்போலவேதான் இந்த வாழ்க்கையும். இந்த உலகத்தில் ஒவ்வொருவரும் அவரவருக்கான வாழ்க்கையை வாழ்வதற்காகப் படைக்கப்பட்டிருக்கிறோம். நம் எல்லோரையும் பிணைத்திருப்பது ஒரே பிரபஞ்ச சக்திதான். அதாவது ஆன்மீக அறிவின் உச்சகட்டம் நாமும் இந்த உலகத்தில் உள்ள அனைத்தும் ஒன்று என்று உணர்வதே. ஏற்கனவே குறிப்பிட்டதுபோல மாறாத ஒன்று எல்லாவற்றையும் மாற்றிக்கொண்டே இருக்கிறது. இந்த மாற்றத்தினைப் புரிந்துகொண்டால் மயக்கமில்லை *(புரிந்து கொள்வது அவ்வளவு சுலபமுமில்லை).*

வாழ்க்கையின் நோக்கம் என்ன?

Expansion of happiness is the purpose of life. *அதாவது நம்முடைய மகிழ்ச்சியை தொடர்ந்து விரிவடையச் செய்துகொண்டே இருப்பதுதான் வாழ்க்கையின் மிக முக்கிய நோக்கமாகும்.*

நாம் எவ்வளவுக்கு எவ்வளவு மகிழ்ச்சியாக இருக்கிறோமோ அந்த அளவுக்கு நமது ஆற்றலும் அறிவும் வெளிப்படும்.

ஒருவன் தன்னுடைய வாழ்க்கையின் நோக்கத்தினை சரியாக நிறைவேற்றினாலே இந்தப் பிரபஞ்சத்தின் நோக்கத்தினை நிறைவேற்றுவதற்கு தன்னுடைய பங்கை செய்தாக அர்த்தம்.

நம் ஒவ்வொருவருடைய எண்ணத்திற்கும் செயலுக்கும் இந்தப் பிரபஞ்சமும் எதிர்வினையாற்றுகிறது.

எப்படி ஒரு குளத்திற்குள் எறியும் கல் அந்தக் குளம் முழுவதிலும் ஒரு அலையை ஏற்படுத்துகிறதோ அதைப்போலவே நம் ஒவ்வொருவருடைய எண்ணமும், செயலும் இந்தப் பிரபஞ்சத்தினுள் ஒரு அதிர்வலையை ஏற்படுத்துகிறது. நாம் ஒவ்வொருவரும் மற்றவருடன் ஏதோ ஒரு வகையில் பிணைக்கப்பட்டிருக்கிறோம்.

நீங்கள் உணர்ந்திருப்பீர்கள். சிலருடைய வீட்டிற்குச் சென்றால் அங்கு அமைதியும் ஆனந்தமும் தவழ்வதையும் சில வீடுகளுக்குச் சென்றால், அங்கு ஒருவித சோகம், அமைதியற்ற நிலை நிலவுவதையும. இது அந்த வீட்டில் உள்ளவர்களின் எண்ணங்களை பொருத்தாக இருக்கலாம் அல்லது அந்த வீடு எந்த வகையால் பெறப்பட்ட செல்வத்தால் கட்டியது என்பதுகூட இருக்கலாம்.

வாழ்க்கையில் நாம் அடையும் செல்வம் என்பது ஏதோ ஒரு வகையில் இந்த சமுதாயத்திற்கு நன்மை பயக்கும் செயல்களால் பெறப்பட்ட செல்வமாக இருக்க வேண்டும். அப்படி அடைந்த அந்தச் செல்வம் நம்மையும் நம் சந்ததியினரையும் வாழவைக்கும் செல்வமாக இருக்கும். தவறான வழியில் பெறப்பட்ட செல்வம் நமக்கு ஏதோ ஒரு வகையில் துன்பத்தைத்தான் தருவதாக இருக்கும்.

நமது சூழ்நிலையை நமக்குச் சாதகமாகப் பயன்படுத்திக் கொள்வது எப்படி?

வாழ்க்கையில் நமக்கு ஏற்படும் சுக துக்கங்களுக்கு முழுவதும் நாம்தான் காரணம். நமது கடந்த கால (சென்ற பிறவியையும் சேர்த்து) அல்லது நிகழ்கால எண்ணங்களுக்கு ஏற்ப நமது சூழ்நிலை ஏற்படுகிறது. நமது எண்ணங்களை சீர் செய்வதின் மூலம் நமது சூழ்நிலையை படிப்படியாக நமக்கு ஏற்றவண்ணம் மாற்றிக் கொள்ள முடியும். வாழ்க்கையில் நாம் எதை பிறருக்கு அதிகமாக கொடுக்கிறோமோ அதைத்தான் பன்மடங்கு அறுவடை செய்கிறோம். நம் எண்ணம், சொல், செயல்

மூன்றும் பிறருக்கு மகிழ்ச்சியைக் கொடுத்தால் கண்டிப்பாக இந்த பிரபஞ்சம் நமக்கு பன்மடங்கு மகிழ்ச்சியைத் திரும்ப அளிக்கும். நீங்கள் நல்ல எண்ணத்துடன் ஒருவருக்கு செய்த ஒரு செயலை அவர் புரிந்து கொள்ளாமல் இருக்கலாம், ஆனால் இந்தப் பிரபஞ்ச அறிவு உங்களுக்கு ஏதோ ஒரு வகையில் உங்களுக்கான பலனை அளித்தே தீரும்.

உங்கள் சூழ்நிலை நீங்கள் எதிர்பார்த்தபடி அமையவில்லை என்பதற்காக அதனுடன் மல்லுக்கட்டாதீர்கள். அப்படி மல்லுக்கட்ட ஆரம்பிக்கும்போது நீங்கள் உங்களுடைய தரத்தை தாழ்த்திக் கொள்கிறீர்கள். அப்படியான ஒரு சூழ்நிலை ஏற்பட்டதற்கு உங்களுயை கர்ம வினையும் காரணமாக இருக்கலாம். அதனால் அந்தச் சூழ்நிலையை அமைதியாக எதிர்கொள்ளுங்கள். கூடிய விரைவில் உங்களுக்கு எதிரான சூழ்நிலை உங்களுக்கு ஆதரவாக மாறுவதை உணர்வீர்கள்.

ரோஜா தோட்டத்தில் மலர்கள் வாடியிருந்தால் தோட்டக்காரர் மலர்களின் மீது தண்ணீர் ஊற்ற மாட்டார். வேருக்குத்தான் தண்ணீர் ஊற்றுவார். ஏனென்றால் அவருக்குத் தெரியும். வேருக்குத் தண்ணீர் ஊற்றினால் அது மலரை மலரச் செய்யும் என்று. அதைப்போலவேதான், உங்களுடைய புறச்சூழ்நிலை சரியில்லை என்றால் அதை மாற்ற முயலாதீர்கள். உங்கள் ஆழ்நிலை தியானத்தை அதிகப்படுத்துங்கள். புறச்சூழ்நிலை தானாக சரியாவதை உணர்வீர்கள்.

பிரபஞ்சத்தின் பேராற்றலை பெறுவது எப்படி?

நோயாளிக்கு மருத்துவர் அறுவை சிகிச்சை செய்யும்போது, நோயாளி மருத்துவர் தன்னை முழுமையாக குணப்படுத்திவிடுவார் என்று முழுமையாக நம்ப வேண்டும். அப்போதுதான் அவரால் குணமடைய முடியும். அதைப்போல கடவுளிடம் நம்மை முழுமையாக அர்ப்பணித்து விட வேண்டும். அப்போதுதான் நம்மால் இப்பிரபஞ்ச பேராற்றலைப் பெற முடியும். இதைத்தான் சரணாகதித் தத்துவம் என்று நம் முன்னோர்கள் அழைக்கிறார்கள். இந்த சரணாகதி என்பது வெறும் வார்த்தைகளில் இல்லாமல் நமது மனதின் ஆழ்நிலையில் இருந்து வரவேண்டும். அப்படி வருவதற்கு நாம் தொடர்ந்து ஆழ்நிலை தியானம் செய்து வரவேண்டும்.

சரியான எண்ணங்கள்

நமக்கு ஏற்படும் எண்ணங்கள் எல்லாம் சரியான எண்ணங்களாக அமைய நாம் எண்ண செய்ய வேண்டும். அந்த எண்ணங்கள் தோன்றும் ஆழ்நிலைக்கு நாம் செல்ல வேண்டும். எப்படி வில்லில் நாண் ஏற்றப் பட்டவுடன் அதை பின்புறமாக இழுத்து விட்டால் அம்பு வேகமாகச் செல்கிறதோ அதைப்போல ஆழ்நிலைக்குச் சென்று திரும்பிய மனம் தானாக நல்ல எண்ணங்களையும், புதுமையான எண்ணங்களையும் நமக்கு ஏற்படுத்துவது மட்டுமல்லாமல் அதை செயல்படுத்துவதற்கான வலிமையையும் தரும்.

அப்படி ஆழ்நிலைக்குச் செல்லாமல் மனதின் மேல் நிலையில் இருந்தே நல்ல எண்ணங்களை நினைக்க வேண்டும் என்று நினைத்தால் அது தோல்வியில்தான் முடியும். அதற்குத்தான் நாம் தொடர்ந்து ஆழ்நிலை தியானம் செய்து வரவேண்டும்.

பேச்சுக் கலையும் ஆழ்நிலைத் தியானமும்

நல்ல பேச்சுக் கலை என்றால் நம்முடைய சக்தியை அதிகம் விரயம் செய்யாமல் பேச வேண்டும். சரியானபடி பேச வேண்டும். மற்றவர்களை கவரும்படி பேச வேண்டும். இனிமையாகப் பேச வேண்டும். நம்முடைய கருத்தை ஆணித்தரமாகச் சொல்லும்படி பேச வேண்டும். மற்றவர்களுக்கு பயன் அளிக்கும் வகையில் பேச வேண்டும். நாம் பேசும் பேச்சு நம்மை கட்டுப்படுத்தாதபடி பேச வேண்டும்.

நாம் நினைத்ததை எல்லாம் பேசிவிடக்கூடாது. நேரம் அறிந்து மற்றும் குறிப்பறிந்து பேச வேண்டும். நாம் பேசும் பேச்சு மனதின் ஆழ்நிலையிலிருந்து வருவதாக இருக்க வேண்டும். அத்தகைய பேச்சுதான் உண்மையாகவும் வலிமையாகவும் இருக்கும். அப்படிப்பட்ட பேச்சுக் கலையை வளர்த்துக் கொள்வதற்கு நாம் தொடர்ந்து ஆழ்நிலைத் தியானம செய்ய வேண்டும்.

செயலின் வேகம்

நாம் தொடர்ந்து ஆழ்நிலைத் தியானம் செய்யச் செய்ய நமது செயலின் வேகம் அதிகரிக்கும். நமது ஆற்றல் அதிகம் விரயம் ஆகாது. செயலை நாம் குறித்த நேரத்திலும் குறைந்த நேரத்திலும் செய்ய முடியும். நாம் பயனுள்ள காரியங்களை

மட்டுமே செய்வோம். நம் செயல் நாம் விரும்பிய பலனை அளிக்கும். நம்முடைய செயல் யாரையும் புண்படுத்தாது. மாறாக பண்படுத்தும். நாம் செய்யும் செயல் நமக்கு கடினமாகத் தோன்றாது. நாம் செயலை சரியாக திட்டமிடுவதோடு அதை சரியான வகையில் செயல்படுத்தவும் முடியும். அதனால் தொடர்ந்து ஆழ்நிலை தியானம் செய்வோம்.

ஆரோக்கியமான உடலும், மனமும்.

ஒரு மரத்தின் இலைகள் வாடி வதங்கினால், அது அதிகப்படியான வெப்பத்தினால் இருக்கலாம். அல்லது வேரிலிருந்து சரியான சத்து கிடைக்காததனால் இருக்கலாம் புறச்சூழ்நிலை காரணமாக இருந்தாலும் அல்லது காரணம் மரத்திற்குள்ளேயே இருந்தாலும் நீரை வேருக்குத்தான் ஊற்ற வேண்டும். அதுபோல நாம் புறச்சூழ்நிலைகளாலும் அகச்சூழ்நிலைகளாலும் பாதிக்கப்படாத ஆரோக்கியமான உடலும் மனமும் பெற நம்முடைய மனதைத் தெளிவாக வைத்துக்கொள்வது அவசியம். உடல் நலன் கெடும்போது தேவைப்படும் நேரத்தில் மருந்து உட்கொண்டாலும் நீண்ட ஆரோக்கியத்திற்கு நாம் பிரபஞ்ச சக்தியுடன் தொடர்புகொண்டிருக்க வேண்டும். அதற்கு நாம் தொடர்ந்து ஆழ்நிலைத் தியானம் செய்ய வேண்டும்.

உண்மையிலேயே ஆழ்நிலை தியானத்தினால் இவ்வளவு பலன்கள் கிடைக்குமா என்று சிலருக்கு சந்தேகம் தோன்றலாம். கையில் ரிமோட்டை எடுத்து switch on செய்தவுடன் தொலைக்காட்சியில் படம் தெரியும் என்று எந்த நம்பிக்கையில் செய்கிறோம். அப்படித் தெரியவில்லை என்றால் ரிமோட்டில் பேட்டரி இல்லை அல்லது வீட்டில் மின்சாரம் இல்லை என்று நினைக்கிறோமே தவிர TV-யில் படம் எப்படி தெரிகிறது என்று ஆராய்வது இல்லை. ஏனென்றால் அந்த அறிவியலை முழுமையாக நம்புகிறோம்.

ஆழ்நிலைத் தியானமும் ஒரு அறிவியல்தான். அது நமக்கு சரியாக வேலை செய்யவில்லை என்றால் குறை நம்மிடம்தானே தவிர அந்த அறிவியலில் இல்லை. எனவே நம்பிக்கையுடன் ஆழ்நிலை தியானம் செய்வோம். எல்லாப் பயன்களையும் கண்டிப்பாக பெறுவோம்.

மகரிஷி வகுத்துக் கொடுத்த வாழ்க்கையின் ஒன்பது விதிகள் Nine Rules of Life

1. எல்லாவற்றையும் ஆராய்ந்துகொண்டிருக்காதே
   Don't analyse everything

2. எப்போதும் குறை சொல்லிக்கொண்டிருக்காதே
   Don't complain

3. யாருடனும் உன்னை ஒப்பிட்டுக் கொள்ளாதே
   Don't compare yourself with others

4. உனக்கான வேலையை மற்றவர்கள் செய்வார்கள் என்று எண்ணாதே
   Don't expect things to be done for you

5. குற்றம் பார்க்கின் சுற்றம் இல்லை
   Don't expect perfection in the relation

6. ஒவ்வொரு நாளும் புதிதாக கற்றுக்கொண்டேயிரு
   Look to the knowledge aspect daily

7. ஒவ்வொரு கணத்தையும் முழுமையாக வாழ்
   Own the moment

8. நமக்குள்ளேதான் எல்லா பிரச்சனைகளும்
   Problems are all in the head

9. உன்னை முழுவதுமாக நம்பி செயல்படு
   Hold yourself together

ஆழ்நிலைத் தியானத்தை தினமும் ஒழுங்காக செய்து, மகரிஷியின் மேற்கண்ட ஒன்பது வாழ்க்கை விதிகளைப் பின்பற்றினால், கண்டிப்பாக நமக்கு அமைதியான ஆனந்தமான வாழ்வு அமையும் என்பதில் எந்த சந்தேகமும் இல்லை.

— ஜெய் குருதேவ் —

தொடர்புக்கு

ஆழ்நிலைத் தியானப் பயிற்சியை பயில உங்களுக்கு ஆர்வம் இருந்தால் கீழ்க்கண்ட முகவரியில் தொடர்பு கொள்ளவும். இந்த மகரிஷி ஆழ்நிலைத் தியான மையத்தில், யோகா, ஆழ்நிலைத் தியானம் மற்றும் அதன் மேல்நிலைப் பயிற்சியான ஆழ்நிலைத் தியான சித்தி பயிற்சிகள் மகரிஷி மகேஷ் யோகியிடம் நேரடியாகப் பயிற்சி பெற்ற எங்களது குரு திரு. ஜி.சி. பெருமாள் சார் மற்றும் பல தகுதிவாய்ந்த ஆசிரியர்களால் கற்றுத் தரப்படுகிறது. கடந்த பல ஆண்டுகளாக ஆயிரக்கணக்கான மக்கள் இந்தப் பயிற்சிகளை மேற்கொண்டு மிகுந்த பலன் அடைந்து வருகின்றனர் என்றால் அது மிகைப்படுத்தப்பட்ட வார்த்தைகள் அல்ல.

Maharishi TM Centre

Maharishi Gardens

No.28, Dr. Gurusamy Road, Chetpet, Chennai – 600 031

Tel.: 044-2642 7088 / 2643 1047

Email: tmsidhas@gmail.com – Website: www.tm.org

with best wishes from

Genicon Business Solutions P Limited
(Business Advisory Service Provider)

M/s. Genicon & Associates
(Advocates & Legal Consultants)

Genicon Academy
(Professional Courses Coaching Centre)